瑞蘭國際

瑞蘭國際

中級 越南語

TIẾNG VIỆT TRUNG CẤP

B1-B2

黎氏仁 (Lê Thị Nhâm) 編著

東南亞的經濟體在 21 世紀初已成為世界上增長最快的經濟體之一。2008 年經歷了全球金融海嘯的慘痛教訓後，該地區各國為了爭取更多的外貿機會，開始轉變在製造業生產的網絡，尤其是越南的發展狀況，更令人刮目相看。在外資企業持續投資製造業的情況下，越南的經濟成長率持續攀升，並且在出口總額中，電子產業已超越紡織業，顯示出口部門的產業結構轉變。東南亞經濟體也在過去五年中呈現出驚人的增長，其 GDP 總和相當於世界第五大經濟體。

臺灣與越南雖然沒有正式的外交關係，但是兩國在經貿、投資、教育、社會的交流上至為緊密。其中因婚姻移民來臺的越南籍配偶已達數萬人之多，跨國婚姻新生兒出生人數逐年攀升，所謂新住民的第二代尤屬越南最多，從國小到大學學生人數高達數十萬人，是不容小覷的族群。

根據文化人類學家的觀點，語言作為文化的重要元素，不僅影響著一個人的思維方式和對生活世界的感知，更會影響一個人跨文化的交流能力。近代以來，語言更是文化的具體表現，透過語言的學習，不僅可以體會自己文化的內涵，同時也是跨文化認知和相互理解的有效管道。

國立政治大學因應全球發展的趨勢，於 2017 年創立東南亞語言與文化學士學位學程，首先以越南語組為起始，將語言學習作為核心，以文化社會專業知識作為輔助，並以加強東南亞區域整體發展的概念為課程設計方向。在各位教師的努力下，將依序出版《初級越南語》、《中級越南語》、《高級越南語》三本教科書，以及搭配的三本《初級越南語會話》、《中級越南語會話》、《高級越南語會話》，提供學生與社會有興趣學習越南語的人士運用。內容豐富，系統完整。雖然不盡完美，還請有識先進不吝指教。

國立政治大學

東南亞語言與文化學士學位學程主任

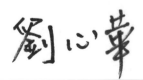

　　《中級越南語》是為國立政治大學東南亞語言與文化學士學位學程越南語組二年級學生所編寫的教材，此書用來銜接《初級越南語》，期許以更深入、更多樣的內容讓學生學習進階越南語。本書依照 iVPT（International Vietnamese Proficiency Test，國際越南語能力認證檢定），以及 CEFR（Common European Framework of Reference for Language，歐洲共同語言參考架構）B1、B2 等級之程度編纂內容。全書共 12 課，教學時數約 2 學期，共 72 節課，144 小時。

　　《中級越南語》課文中所介紹的主題，均與越南有關，例如：交通、體育、女性、鄉間文化、社群媒體……，內容豐富、多元、深入、有趣。相信透過各課不同的主題，必能讓學生更加深入了解越南的文化、社會、教育等相關知識。除此之外，每一課皆著重 6 項重要技能，包含：「詞彙」、「文法」、「聽」、「說」、「讀」、「寫」，期盼學生透過此書，擁有全方位的越南語能力。

　　本書乃為臺灣主修越南語的學生量身打造，以可以讓學習者有效率地學好越南語的外語教學方式編寫，就是希望這本書能夠有助於越南語教學者「好教學」與越南語學習者「好學習」。而在編寫的過程中，編著者受到許多學程學生的幫助以及熱情的意見回饋，使得本書內容更加提升、更加適合學習，在此致上謝意。

　　雖然編著者已盡力編寫，但想必仍有若干待改進之處，歡迎各界先進以及學生們提供意見回饋，讓本書更加完善。

　　最後，要感謝國立政治大學、外語學院、東南亞語言與文化學士學位學程的長官們以及莘莘學子們，謝謝您們使我的教學更加精進，以及促使我完成這本書。

國立政治大學

黎氏仁

Lê Thị Nhâm

有關本書

　　《中級越南語》利用課文帶入越南的交通、體育、女性、社群媒體等主題，每一課均搭配重點生詞、文法解說打下根基，並利用各種練習提升聽、說、讀、寫四種能力，最後再帶入全越南語的「補充閱讀」單元融會貫通，相信藉由本書，學習者將能逐步獲得 B1-B2 程度的越南語實力。

12

Ý kiến cá nhân 個人意見

1. Theo bạn, có sự khác biệt nào về kiến trúc giữa nhà ở truyền thống của người Đài Loan và người Việt Nam?
2. Hiện nay, gia đình bạn đang ở trong căn hộ hay nhà riêng? Theo bạn, thế nào là căn nhà mơ ước? Hãy giải thích.

Bài Đọc 課文　　　　▶MP3-1.1

　　Bố mẹ tôi *vốn* không thích cuộc sống ở chốn đô thị, nhưng họ muốn anh em tôi được học hành trong một môi trường tốt hơn, họ mong con cái sẽ đi du học và thành đạt. Vì thế mà cả gia đình tôi chuyển lên thành phố đã được vài năm. *So với* ngôi nhà cũ ở quê *thì* căn biệt thự mới của chúng tôi rộng, đẹp và sang trọng *hơn*. Nó nằm trong một khu đô thị mới thuộc quận Hà Đông, Thủ đô Hà Nội. *Để* có được căn biệt thự ấy *thì* bố mẹ tôi đã phải làm việc rất vất vả và *suốt* nhiều năm liền. Trong tâm trí của chúng tôi, ngôi nhà cũ ở quê vẫn là nơi thân thương nhất, nó chứa đựng bao nhiêu là kỉ niệm đẹp của tuổi thơ. Với gia đình năm người thì nó khá chật chội. Nhà cũ gồm có một phòng khách, hai phòng ngủ, nhà bếp và khu vệ sinh. Lũ trẻ *từng* tới đây chơi, nô đùa *khắp* khu vườn. Ngoài những lúc học tập ra, anh em tôi thường chơi với nhau ở ngoài sân. Trước nhà tôi có hai cây xoài, rất nhiều quả. Phía trước nhà là con đường làng mà anh em tôi thường đi học. Lũ chó, mèo thì nghịch ngợm ở vườn rau phía sau nhà. Cả thời thơ ấu của tôi *không chỉ* gắn liền với ngôi nhà nhỏ, ấm áp *mà cả* những kỷ niệm thân thương nữa.

Bài 1: Nhà ở　13

Đọc hiểu 課文理解

1. **Hãy dựa vào nội dung bài đọc, trả lời các câu hỏi sau đây.**
（請根據課文內容，回答下列問題。）

   1) Bố mẹ của tác giả thích cuộc sống như thế nào?
   2) Lý do mà họ chuyển nhà lên thành phố là gì?
   3) Sự khác biệt giữa ngôi nhà cũ và căn biệt thự mới là gì?
   4) Nhà mới này ở đâu?
   5) Để có được căn biệt thự rộng rãi đó thì họ phải làm gì?
   6) Gia đình họ có bao nhiêu thành viên?
   7) Hãy mô tả cấu trúc của ngôi nhà cũ.
   8) Đối với tác giả, tại sao ngôi nhà cũ lại có nhiều kỷ niệm thân thương?

2. **Hãy chọn một đáp án đúng nhất theo nội dung của bài đọc.**
（請依照課文內容，勾選正確答案。）

   1) Ngôi nhà cũ ở đâu?
   □ A. Hà Đông
   □ B. Thành phố
   □ C. Nông thôn
   □ D. Hà Nội

   2) Nội dung chính của bài đọc này chủ yếu nói về điều gì?
   □ A. Mô tả căn biệt thự mới của gia đình tác giả
   □ B. Cuộc sống của tác giả và người dân ở Việt Nam
   □ C. Những kỉ niệm đáng nhớ của tác giả về tuổi thơ
   □ D. Ngôi nhà cũ và những kỉ niệm thân thương về thời ấu thơ của tác giả trong ngôi nhà cũ

   3) Từ "nô đùa" trong đoạn văn trên có nghĩa là gì?
   □ A. Đi chơi mà không phải xin phép gia đình
   □ B. Chơi với bạn bè mà không biết giới hạn về thời gian
   □ C. Đi chơi mà không phải suy nghĩ gì
   □ D. Chơi với nhau một cách vui vẻ, ồn ào, thoải mái

個人意見

- 為活化學習者的越南語思考能力，透過討論與回答問題，讓學習者更快掌握該課主題。

課文

- 每課皆有一篇貼近越南實際生活及文化的主題課文。
- 透過該主題及內容，更進一步認識越南文化及相關知識。

課文理解

- 針對課文另有問答題及題目，讓學習者了解自身對課文的理解程度。

生詞

- 列出課文中出現的重點詞彙，並輔以中文翻譯幫助理解。

- 可增加學習者的詞彙量，並加強片語能力。

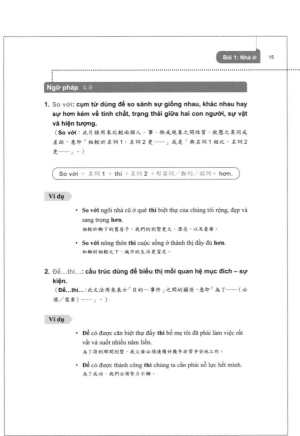

文法

- 整理出課文中出現的各項文法，且有詳細解說及例句、中文翻譯。

- 針對有特殊用法的文法句型另有詳細解說。

練習

每一課皆有4項實作練習，透過多元練習，協助學習者將聽、說、讀、寫四大能力融會貫通。

- 口說練習：透過使用指定的詞彙及文法，依據情境練習口說，提升表達感受及想法的能力。

- 聽力練習：透過聆聽短文，理解短文內容並回答問題。

- 詞彙運用：透過選出語意相近的詞彙及填空等練習，一舉掌握越南語詞彙。

- 寫作練習：透過所學的詞彙與文法，除了練習完成句子外，同時也加強描述自身經驗、以及對某一主題發表看法等能力。

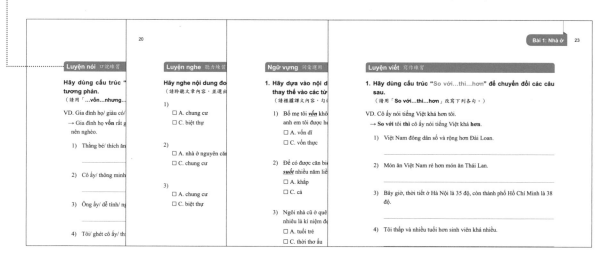

補充閱讀

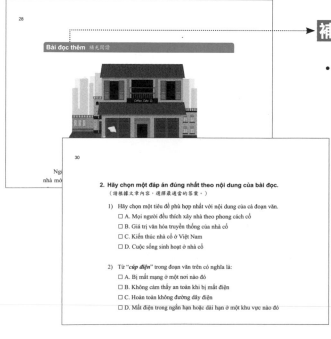

- 全越南語的文章與練習題，為學習者創造全越南語環境，有效累積語感。

練習題解答QR Code

· 掃描封面QR Code，還能下載
全書「練習題的解答」及「聽
力練習的文本」，隨時自行檢
視學習程度。

音檔QR Code

· 掃描封面QR Code，即可下載
標準北方口音（河內）及標準
南方口音（胡志明市）音檔。
跟著練習，不僅可加強「聽」
與「說」的能力，更能學習兩
種不同的越南語口音。

如何掃描 QR Code 下載音檔

1. 以手機內建的相機或是掃描 QR Code 的 App 掃描封面的 QR Code。
2. 點選「雲端硬碟」的連結之後，進入音檔清單畫面，接著點選畫面右上角的「三個點」。
3. 點選「新增至「已加星號」專區」一欄，星星即會變成黃色或黑色，代表加入成功。
4. 開啟電腦，打開您的「雲端硬碟」網頁，點選左側欄位的「已加星號」。
5. 選擇該音檔資料夾，點滑鼠右鍵，選擇「下載」，即可將音檔存入電腦。

目次

Bài 1
Nhà ở 住房 11

Bài 2
Thực phẩm 食品 31

Bài 3
Sức khỏe 身體健康 51

Bài 4
Học tập 學習 71

Bài 5
Dịch vụ 服務 89

Bài 6
Giao thông 交通 107

Bài 1
Nhà ở

住房

Ý kiến cá nhân 個人意見

1. *Theo bạn, có sự khác biệt nào về kiến trúc giữa nhà ở truyền thống của người Đài Loan và người Việt Nam?*
2. *Hiện nay, gia đình bạn đang ở trong căn hộ hay nhà riêng? Theo bạn, thế nào là căn nhà mơ ước? Hãy giải thích.*

Bài Đọc 課文   ▶MP3-1.1

  Bố mẹ tôi **vốn** không thích cuộc sống ở chốn đô thị, nhưng họ muốn anh em tôi được học hành trong một môi trường tốt hơn, họ mong con cái sẽ đi du học và thành đạt. Vì thế mà cả gia đình tôi chuyển lên thành phố đã được vài năm. **So với** ngôi nhà cũ ở quê **thì** căn biệt thự mới của chúng tôi rộng, đẹp và sang trọng **hơn**. Nó nằm trong một khu đô thị mới thuộc quận Hà Đông, Thủ đô Hà Nội. **Để** có được căn biệt thự đấy **thì** bố mẹ tôi đã phải làm việc rất vất vả **suốt** nhiều năm liền. Trong tâm trí của chúng tôi, ngôi nhà cũ ở quê vẫn là nơi thân thương nhất, nó chứa đựng bao nhiêu là kỉ niệm đẹp của tuổi thơ. Với gia đình năm người thì nó khá chật chội. Nhà cũ gồm có một phòng khách, hai phòng ngủ, nhà bếp và khu vệ sinh. Lũ trẻ **từng** tới đây chơi, nô đùa **khắp** khu vườn. Ngoài những lúc học tập ra, anh em tôi thường chơi với nhau ở ngoài sân. Trước nhà tôi có hai cây xoài, rất nhiều quả. Phía trước nhà là con đường làng mà anh em tôi thường đi học. Lũ chó, mèo thì nghịch ngợm ở vườn rau phía sau nhà. Cả thời thơ ấu của tôi **không chỉ** gắn liền với ngôi nhà nhỏ, ấm áp **mà cả** những kỷ niệm thân thương nữa.

Đọc hiểu 課文理解

1. Hãy dựa vào nội dung bài đọc, trả lời các câu hỏi sau đây.

（請根據課文內容，回答下列問題。）

1) Bố mẹ của tác giả thích cuộc sống như thế nào?

2) Lý do mà họ chuyển nhà lên thành phố là gì?

3) Sự khác biệt giữa ngôi nhà cũ và căn biệt thự mới là gì?

4) Nhà mới này ở đâu?

5) Để có được căn biệt thự rộng rãi đó thì họ phải làm gì?

6) Gia đình họ có bao nhiêu thành viên?

7) Hãy mô tả cấu trúc của ngôi nhà cũ.

8) Đối với tác giả, tại sao ngôi nhà cũ lại có nhiều kỷ niệm thân thương?

2. Hãy chọn một đáp án đúng nhất theo nội dung của bài đọc.

（請依照課文內容，勾選正確答案。）

1) Ngôi nhà cũ ở đâu?

   ☐ A. Hà Đông

   ☐ B. Thành phố

   ☐ C. Nông thôn

   ☐ D. Hà Nội

2) Nội dung chính của bài đọc này chủ yếu nói về điều gì?

   ☐ A. Mô tả căn biệt thự mới của gia đình tác giả

   ☐ B. Cuộc sống của tác giả và người dân ở Việt Nam

   ☐ C. Những kỉ niệm đáng nhớ của tác giả về tuổi thơ

   ☐ D. Ngôi nhà cũ và những kỉ niệm thân thương về thời thơ ấu của tác giả trong ngôi nhà cũ

3) Từ "**nô đùa**" trong đoạn văn trên có nghĩa là gì?

   ☐ A. Đi chơi mà không phải xin phép gia đình

   ☐ B. Chơi với bạn bè mà không biết giới hạn về thời gian

   ☐ C. Đi chơi mà không phải suy nghĩ gì

   ☐ D. Chơi với nhau một cách vui vẻ, ồn ào, thoải mái

Từ mới 生詞			▶MP3-1.2
môi trường	環境	phòng khách	客廳
thành đạt	成功	phòng ngủ	臥室
biệt thự	別墅	nhà bếp	廚房
rộng	寬敞	khu vệ sinh	衛浴區
sang trọng	豪華、高貴	lũ	淹水、水災、群
khu đô thị mới	新城區	nô đùa	嬉戲
tâm trí	心（目）、精神	khu vườn	園子
thân thương	親愛	trái xoài	芒果
chứa đựng	裝（著）、承載	nghịch ngợm	調皮
kỉ niệm	紀念、回憶	vườn rau	菜園
tuổi thơ	童年	thơ ấu	童年
chật chội	狹窄	ấm áp	溫暖

Ngữ pháp 文法

1. So với: cụm từ dùng để so sánh sự giống nhau, khác nhau hay sự hơn kém về tính chất, trạng thái giữa hai con người, sự vật và hiện tượng.

（**So với**：此片語用來比較兩個人、事、物或現象之間性質、狀態之異同或差距，意即「相較於 名詞1，名詞2 更……」或是「與 名詞1 相比，名詞2 更……」。）

> **So với**＋名詞**1**＋**thì**＋名詞**2**＋形容詞／動詞／副詞＋**hơn.**

Ví dụ

- **So với** ngôi nhà cũ ở quê **thì** biệt thự của chúng tôi rộng, đẹp và sang trọng **hơn**.
  相較於鄉下的舊房子，我們的別墅更大、漂亮，以及豪華。

- **So với** nông thôn **thì** cuộc sống ở thành thị đầy đủ **hơn**.
  和鄉村相較之下，城市的生活更富足。

2. Để...thì...: cấu trúc dùng để biểu thị mối quan hệ mục đích – sự kiện.

（**Để...thì...**：此文法用來表示「目的—事件」之間的關係，意即「為了……（必須／需要）……」。）

Ví dụ

- **Để** có được căn biệt thự đấy **thì** bố mẹ tôi đã phải làm việc rất vất vả suốt nhiều năm liền.
  為了得到那間別墅，我父母必須連續好幾年非常辛苦地工作。

- **Để** có được thành công **thì** chúng ta cần phải nỗ lực hết mình.
  為了成功，我們必須努力不懈。

3. Cách dùng từ "suốt/ khắp"
（「**suốt/ khắp**」的使用方式）

khắp/ suốt ＋ 名詞

– **suốt**: tính từ dùng để biểu thị sự liên tục về thời gian, từ lúc bắt đầu đến lúc kết thúc.

（**suốt**：形容詞，用來表示從開始到結束這段期間的連續性，意即「一整（時間單位）、連續（好幾個時間單位）」。）

Ví dụ

- Bố mẹ tôi phải làm việc vất vả **suốt** nhiều năm liền.
  我父母必須連續好幾年辛苦地工作。

- Bố tôi khổ vì bệnh **suốt** một đời người.
  我父親因大半輩子都在生病而過得很痛苦。

– **khắp**: tính từ biểu thị ý đủ hết tất cả mọi nơi.

（**khắp**：形容詞，表示遍布某地，意即「各地、到處、四處、處處」。）

Ví dụ

- Lũ trẻ hay tới đây chơi, nô đùa **khắp** cả khu vườn.
  孩子們常常來這裡玩，在庭院四處嬉戲。

- Cả gia đình tôi vừa đi du lịch **khắp** Châu Âu.
  我們全家剛去歐洲各地旅遊。

4. **vốn: phụ từ, dùng để chỉ những hành động, trạng thái đã có từ trước. Cấu trúc: "vốn...nhưng..." dùng để nhấn mạnh sự tương phản.**

（**vốn**：副詞，指先前就有的行動、狀態，意即「本來（就）」。會以「**vốn...nhưng...**」（本來……但是……）來強調對比。）

> **vốn** ＋動詞 (yêu, thích, ghét...)
> **vốn** ＋形容詞＋ (thông minh, dễ thương, đáng yêu...)

Ví dụ

- Bố mẹ tôi **vốn** không thích cuộc sống chốn đô thị, **nhưng** họ muốn anh em tôi được học hành trong môi trường tốt hơn nên nhà tôi chuyển nhà ra thành phố.
  我父母本來不喜歡都市的生活，但他們想要我們兄弟可以在更好的環境讀書，所以我們家搬到城市居住。

- Con bé **vốn** rất yêu đời, **nhưng** bây giờ em thường hay buồn.
  小女孩個性本來很樂觀開朗，但她現在常常感到難過。

5. **không chỉ...mà cả...: cấu trúc nối hai vế câu có quan hệ bổ sung trong câu ghép.**

（**không chỉ...mà cả...**：將兩個有補充關係的子句連接成一句之文法，意即「不僅／不但／不但……還……」。）

> **không chỉ** ＋ 名詞／動詞 ＋ **mà cả** ＋ 名詞

Ví dụ

- Cả thời thơ ấu của tôi **không chỉ** gắn liền với ngôi nhà nhỏ, ấm áp **mà cả** những kỷ niệm thân thương nữa.
  我的整個童年不僅和那間小巧溫暖的房子關係緊密，還和那些美好的回憶密不可分。

18

- **Không chỉ** các môn kinh tế **mà cả** môn ngoại ngữ và văn hóa nữa, cô ấy học đều giỏi.

  她不僅擅長經濟學相關的科目，還很擅長外文與文化相關科目。

*Chú ý: có thể thêm trợ từ "**nữa**" vào cuối câu để nhấn mạnh mối quan hệ bổ sung.*

（註：可以在句尾加上助詞「**nữa**」，以強調補充關係。）

Luyện nói 口說練習

Hãy dùng cấu trúc "...vốn...nhưng..." để biểu thị ý nghĩa sự tương phản.

（請用「**...vốn...nhưng...**」表示對比。）

VD. Gia đình họ/ giàu có/ nghèo

→ Gia đình họ **vốn** rất giàu có, **nhưng** từ khi ba làm ăn thua lỗ thì họ trở nên nghèo.

1) Thằng bé/ thích ăn kem/ thích ăn trái cây

   _____

2) Cô ấy/ thông minh/ ngu ngốc

   _____

3) Ông ấy/ dễ tính/ nghiêm khắc

   _____

4) Tôi/ ghét cô ấy/ thích nghe cô ấy nói chuyện

   _____

5) Con đường/ con đường rất rộng rãi và thoáng mát/ chật hẹp

   _____

6) Mẹ tôi/ rất khỏe/ già yếu

   _____

7) Thị trấn này/ nhộn nhịp/ vắng vẻ

   _____

8) Con người ở nơi đây/ thuần nông/ sành điệu và hiện đại

   _____

Luyện nghe 聽力練習   ▶MP3-1.3

Hãy nghe nội dung đoạn văn và lựa chọn đáp án đúng nhất.
（請聆聽文章內容，並選出最正確的答案。）

1)
　　□ A. chung cư　　　　　□ B. nhà nguyên căn
　　□ C. biệt thự　　　　　□ D. nhà mái tranh

2)
　　□ A. nhà ở nguyên căn　□ B. biệt thự
　　□ C. chung cư　　　　　□ D. tòa cao ốc

3)
　　□ A. chung cư　　　　　□ B. nhà nguyên căn
　　□ C. biệt thự　　　　　□ D. nhà máy

Ngữ vựng 詞彙運用

1. Hãy dựa vào nội dung của bài đọc, tìm từ gần nghĩa nhất để thay thế vào các từ gạch chân.

（請根據課文內容，勾選與劃線詞語意義最相近的詞彙。）

1) Bố mẹ tôi **_vốn_** không thích cuộc sống ở chốn đô thị, nhưng họ muốn anh em tôi được học hành trong một môi trường tốt hơn.

☐ A. vốn dĩ   ☐ B. vốn thế

☐ C. vốn thực   ☐ D. vốn vậy

2) Để có được căn biệt thự đấy thì bố mẹ tôi đã phải làm việc rất vất vả **_suốt_** nhiều năm liền.

☐ A. khắp   ☐ B. trong

☐ C. cả   ☐ D. toàn

3) Ngôi nhà cũ ở quê vẫn là nơi thân thương nhất, nó chứa đựng bao nhiêu là kỉ niệm đẹp của **_tuổi thơ_**.

☐ A. tuổi trẻ   ☐ B. hồi trẻ

☐ C. thời thơ ấu   ☐ D. thời trẻ

4) Cả thời thơ ấu của tôi **_không chỉ_** gắn liền với ngôi nhà nhỏ, ấm áp **_mà_** cả những kỷ niệm thân thương nữa.

☐ A. không chỉ…mà thế   ☐ B. không những…mà còn là

☐ C. không những…là thế   ☐ D. không những…là vậy

2. Hãy điền từ vào chỗ trống.

（填空。）

thành đạt	nô đùa	gắn liền
thân thương	nghịch ngợm	chật chội

1) Chỉ cần thấy các con _____, vui vẻ mỗi ngày là mẹ vui lắm.

2) Mỗi khi trở về trường cũ, tôi có một cảm giác _____, khó tả.

3) Căn nhà tuy _____ nhưng đầy đủ tiện nghi.

4) Tôi hi vọng công ty của họ kinh doanh ngày càng _____.

5) Ngoài cái tính hay _____ ra, cậu bé rất thông minh và tốt bụng.

6) Tuổi thơ của tôi _____ với nhiều kỉ niệm đẹp về một làng quê thanh bình ở vùng nông thôn Bắc bộ.

Luyện viết 寫作練習

1. Hãy dùng cấu trúc "So với…thì…hơn" để chuyển đổi các câu sau.

（請用「**So với…thì…hơn**」改寫下列各句。）

VD. Cô ấy nói tiếng Việt khá hơn tôi.

→ **So với** tôi **thì** cô ấy nói tiếng Việt khá **hơn**.

1) Việt Nam đông dân số và rộng hơn Đài Loan.

_____

2) Món ăn Việt Nam rẻ hơn món ăn Thái Lan.

_____

3) Bây giờ, thời tiết ở Hà Nội là 35 độ, còn thành phố Hồ Chí Minh là 38 độ.

_____

4) Tôi thấp và nhiều tuổi hơn sinh viên khá nhiều.

_____

5) Khoa tiếng Anh có nhiều sinh viên hơn khoa Đông Nam Á.

_____

6) Trong kì thi viết tiếng Việt, Tân được 94 điểm, còn Ngọc được 98 điểm.

_____

7) Trong môi trường làm việc, Hạnh có 5 năm kinh nghiệm, còn Vân có những 17 năm kinh nghiệm.

_____

8) Hà Nội có hơn 4000 năm lịch sử, còn Sài Gòn có trên 300 năm thôi.

_____

2. **Hãy dùng cấu trúc "để...thì" để nối cột A với cột B sao cho phù hợp.**

（請用文法「**để...thì**」連接 A 列與 B 列，成為正確的句子。）

A	B
1) Để đủ điều kiện dự tuyển vào đại học	a) thì hệ thống pháp luật phải rõ ràng và hoàn chỉnh.
2) Để có sức khỏe tốt	b) thì bạn cần phải mua nước mắm.
3) Để đạt điểm cao	c) thì bạn cần phải ngủ đủ giấc.
4) Để đời sống của người dân ổn định	d) thì bạn phải tốt nghiệp cấp 3 trước.
5) Để nấu được các món ăn Việt Nam ngon	e) thì kinh tế quốc gia phải phát triển.
6) Để đảm bảo sự công bằng cho người dân	f) thì cô giáo phải viết đề cương trước.
7) Để có tinh thần tỉnh táo	g) thì bạn cần phải tập thể dục thường xuyên.
8) Để giáo trình tiếng Việt dành cho sinh viên được lô-gic	h) thì bạn phải chăm chỉ làm bài tập về nhà.

3. **Hãy thêm "khắp/ suốt" vào các câu sau đây, rồi viết lại câu.**

（請將「**khắp**」、「**suốt**」加入下列各句，並進行改寫。）

1) Căn phòng đều có đồ chơi của cậu bé.

   _____

2) Bà ấy nói ngày mà không thấy mệt.

   _____

3) Tôi luôn ghi nhớ câu danh ngôn: "Đi thế gian không ai tốt bằng mẹ"

   _____

4) Tôi đã tìm mọi nơi mà vẫn không tìm thấy chiếc chìa khóa.

_____

5) Nhiều siêu thị và cửa hàng tiện lợi ở Đài Loan mở cửa ngày.

_____

6) Mẹ tôi phải làm việc vất vả nhiều năm để nuôi chúng tôi khôn lớn.

_____

7) Sinh viên tham gia chương trình trại hè, để có dịp được khám phá Hà Nội.

_____

8) Khi đội tuyển bóng đá Việt Nam giành chiến thắng, người dân nơi của tổ quốc đều vui vẻ.

_____

4. **Theo mẫu, hãy dùng cấu trúc "không chỉ...mà cả..." để chuyển đổi các câu sau.**
（請依照範例，用「**không chỉ...mà cả...**」改寫下列各句。）

VD. Sinh viên của trường Đại học Chính Trị và Đại học Đài Loan đều xuất sắc.

→ **Không chỉ** sinh viên của trường Đại học Chính Trị **mà cả** sinh viên của trường Đại học Đài Loan đều xuất sắc.

1) Khách du lịch đến Phú Quốc vào cả mùa mưa và mùa khô.

_____

2) Kim và Ánh đều được cô giáo khen.

3) Gỏi cuốn và bánh mì bò kho đều rất ngon.

_____

4) Nghệ thuật chèo được cả người già và người trẻ Việt Nam ưa chộng.

_____

5) Việt Nam và Đài Loan đều ăn tết âm lịch.

_____

6) Bão lớn, cả thành phố và nông thôn ở miền Trung Việt Nam đều ngập lụt.

_____

7) Việt Nam là nước xuất khẩu nhiều gạo và cà phê nhiều thứ hai trên thế giới.

_____

8) Vào thế kỷ 17, người Việt và Người Hoa đều là những người đầu tiên vào miền Nam khai hoang.

_____

5. Hãy đặt câu với các từ cho sẵn sau đây.

（請用下列詞語及文法造句。）

(1) So với…thì…hơn; (2) Để…thì; (3) suốt; (4) khắp;

(5) vốn; (6) không chỉ…mà cả…; (7) thân thương; (8) chứa đựng;

(9) chật chội; (10) nghịch ngợm; (11) gắn liền; (12) kỉ niệm

_____

_____

_____

_____

_____

_____

_____

_____

6. Bài tập đánh máy: Hãy viết về căn nhà mơ ước của bạn.

（打字練習：請寫一則關於你夢想中房子的作文。）

Bài đọc thêm 補充閱讀

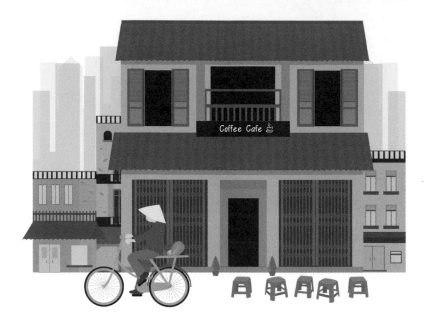

Ngày nay, khi mà cuộc sống ngày càng hiện đại, nhiều người lại thích xây nhà mới theo phong cách kiến trúc cổ, vì nó vừa bền đẹp vừa lưu giữ được nét truyền thống của gia đình và dòng họ. Mỗi nhà có một con ngõ nhỏ dẫn từ ngoài đường vào trong sân. Nhà cổ được xây dựng chủ yếu bằng các loại gỗ đặc biệt. Nhà cổ thường có 3 gian hoặc 5 gian, đó chính là nét đặc trưng không thể thiếu, ngoài ra còn có thêm 1 tới 2 phòng ngủ phụ nữa. Người ta hay xây nhà quay về hướng Nam, là để căn nhà sẽ mát hơn vào mùa hè và trở nên ấm áp vào mùa đông. Trước nhà là sân gạch rộng rãi, đó cũng là nơi bọn trẻ thích thú vui đùa. Thi thoảng *cúp điện*, cả nhà ăn cơm ngoài sân cũng rất thú vị. Quanh nhà có vườn cây và ao cá. Không gian sống của nhà cổ luôn thoáng đãng, trong lành và nhiều màu sắc. Việc thiết kế căn nhà như thế nào là tùy theo sở thích của chủ nhà nữa. Nhà cổ trông không *cầu kỳ* nhưng là nơi sinh hoạt rất ấm áp và thoải mái.

1. Dựa vào nội dung của bài đọc, trả lời câu hỏi.

（請根據文章內容，回答下列問題。）

1) Tại sao người ta lại thích xây nhà theo phong cách kiến trúc cổ?

2)   Lí do mà họ muốn xây nhà cổ là gì?

_____

3)   Nhà cổ được xây dựng bằng vật liệu gì?

_____

4)   Nhà cổ thường có mấy gian? Tại sao?

_____

5)   Nhà cổ có mấy phòng ngủ phụ?

_____

6)   Xây nhà cổ thường theo hướng nào? Tại sao?

_____

7)   Khi cúp điện, những người trong nhà thường làm gì?

_____

8)   Quanh nhà có những thứ gì?

_____

9)   Không gian sống của nhà cổ như thế nào?

_____

10) Những người sống ở nhà cổ sẽ cảm thấy như thế nào?

_____

2. Hãy chọn một đáp án đúng nhất theo nội dung của bài đọc.
（請根據文章內容，選擇最適當的答案。）

1) Hãy chọn một tiêu đề phù hợp nhất với nội dung của cả đoạn văn.

☐ A. Mọi người đều thích xây nhà theo phong cách cổ

☐ B. Giá trị văn hóa truyền thống của nhà cổ

☐ C. Kiến thúc nhà cổ ở Việt Nam

☐ D. Cuộc sống sinh hoạt ở nhà cổ

2) Từ "*cúp điện*" trong đoạn văn trên có nghĩa là:

☐ A. Bị mất mạng ở một nơi nào đó

☐ B. Không cảm thấy an toàn khi bị mất điện

☐ C. Hoàn toàn không đường dây điện

☐ D. Mất điện trong ngắn hạn hoặc dài hạn ở một khu vực nào đó

3) Từ "*cầu kỳ*" trong đoạn văn trên có nghĩa là:

☐ A. Không đơn giản, cố ý làm cho nó trông có vẻ đặc biệt

☐ B. Đơn giản và cố ý làm cho nó đặc biệt

☐ C. Đơn giản và không quá quan trọng điều gì đó

☐ D. Không đơn giản nhưng cũng không quan trọng điều gì đó

4) Câu nào sau đây KHÔNG có trong nội dung của đoạn văn trên?

☐ A. Nhà cổ có một con ngõ nhỏ dẫn từ ngoài đường vào sân.

☐ B. Nhà cổ thường được xây dựng bằng các loại gỗ đặc biệt.

☐ C. Nhà cổ thường có 3 tới 5 gian, xây theo hướng nam.

☐ D. Quanh nhà có vườn hoa để tạo ra không gian nhiều màu sắc.

Bài 2
Thực phẩm

食品

Ý kiến cá nhân 個人意見

1. *Theo bạn, thực phẩm thế nào là tốt cho sức khỏe? Hãy cho ý kiến của bản thân về các vấn đề sau:*
   1) Uống nhiều rượu và cafe không tốt cho sức khỏe.
   2) Nên ăn nhiều cá và rau, phải hạn chế ăn thịt đỏ và những thực phẩm cay nóng.
   3) Thực phẩm tinh bột ngọt và dầu mỡ làm gia tăng bệnh béo phì.
2. *Theo bạn, vệ sinh an toàn thực phẩm có tầm quan trọng như thế nào tới sức khỏe của con người?*

Bài Đọc 課文   ▶MP3-2.1

Sống khỏe mỗi ngày là điều mà ai cũng mong muốn, nhưng không phải ai cũng biết cách để đạt được một cuộc sống như ta cần. Thức ăn và đồ uống là nguồn cung cấp dinh dưỡng chính cho cơ thể. Con người rất cần không khí sạch, nguồn nước sạch và đặc biệt là thực phẩm sạch. Khi mà nền kinh tế phát triển quá nhanh, nhu cầu sử dụng thực phẩm cũng ngày một **tăng** lên. Hàng hóa bán ra thị trường tràn lan, không thông qua quy trình kiểm định chặt chẽ, chính là mối rủi ro cho sức khỏe của người tiêu dùng. Vấn nạn thực phẩm bẩn, không đảm bảo chất lượng gây hại lớn cho con người, là nỗi lo lắng của **hàng** triệu người trên khắp thế giới. Người nào ăn **phải** thức ăn bị ôi thiu có thể bị ngộ độc. Số lượng vụ ngộ độc thực phẩm không có dấu hiệu **giảm** xuống. Đồ ăn bẩn đang lấy đi sức khỏe và tuổi thọ của con người. Người bán chỉ **mải**

kiếm tiền, **thu lợi** mà không quan tâm tới sức khỏe cho người dân. **Giá như** ai cũng hiểu được tầm quan trọng của an toàn vệ sinh thực phẩm **thì** sẽ không có những hậu quả đáng tiếc xảy ra.

Đọc hiểu 課文理解

1. Hãy dựa vào nội dung của bài đọc, trả lời các câu hỏi sau đây.
（請閱讀課文內容，並回答下列問題。）

1) Để có cuộc sống khỏe thì chúng ta cần phải có những điều gì?

2) Tại sao khi mà nhu cầu sử dụng thực phẩm tăng lên thì đó lại là rủi ro cho sức khỏe của con người?

3) Người tiêu dùng bị ảnh hưởng bởi cái gì?

4) Nếu ăn phải thức ăn kém chất lượng thì sẽ bị như thế nào?

5) Nguyên nhân khiến nhiều người dễ bị bệnh hơn là gì?

6) Khi mà người bán chỉ quan tâm đến tiền thì sẽ dẫn đến điều gì?

2. Hãy chọn một đáp án đúng nhất theo nội dung của bài đọc.
（請依照課文內容，勾選最正確的答案。）

1) Chủ đề chính của đoạn văn này nói về?

☐ A. Phương pháp sử dụng thực phẩm

☐ B. Vấn đề về an toàn thực phẩm

☐ C. Chất lượng cuộc sống người dân

☐ D. Thực phẩm chất lượng tốt

2) Thực phẩm bẩn là mối lo ngại của ai?

☐ A. Triệu người trên thế giới

☐ B. Triệu người Việt Nam

☐ C. Triệu người Đài Loan

☐ D. Hàng triệu người trên thế giới

3) Thực phẩm nào **KHÔNG** gây ra bệnh?

☐ A. Thực phẩm bẩn

☐ B. Thực phẩm ôi thiu

☐ C. Thực phẩm kém chất lượng

☐ D. Thực phẩm đảm bảo tiêu chuẩn chất lượng

4) Từ *"**thu lợi**"* trong đoạn văn trên có nghĩa là:

☐ A. Kinh doanh đạt được lợi nhuận

☐ B. Làm ăn có sinh ra lãi

☐ C. Có lợi ích cho cá nhân hoặc tổ chức

☐ D. Cả A/B/C đúng

Từ mới 生詞			▶MP3-2.2
không khí	空氣、氣氛	chất lượng	品質
thực phẩm	食品、食物	gây hại	危害、造成傷害
nguồn	來源	người tiêu dùng	消費者
cung cấp	供應	ngộ độc	食物中毒
dinh dưỡng	營養	dấu hiệu	跡象
cơ thể	身體	bẩn	髒
rủi ro	危險、風險	tuổi thọ	壽命
lo lắng	擔心、擔憂	thu lợi	牟利
đảm bảo	保證	tràn lan	氾濫成災／氾濫

Ngữ pháp 文法

1. Động từ "tăng" biểu thị ý làm cho nhiều hơn về mặt số lượng hoặc mức độ, sau động từ "tăng" thường là giới từ "thêm/ lên/ đến/ tới/ mạnh". Có nghĩa trái ngược với "giảm", đi kèm theo sau "giảm" thường là giới từ "đi/ xuống/ còn".

（動詞「**tăng**」（增加）用來表示讓數量或程度增加更多，通常後方會搭配介係詞「**thêm/ lên/ đến/ tới/ mạnh**」一起使用。與「**giảm**」（減少）的意思相反，通常與「**giảm**」搭配的介係詞為「**đi/ xuống/ còn**」。）

Ví dụ

- Khi nền kinh tế phát triển, nhu cầu sử dụng thực phẩm cũng ngày một **tăng lên**.
  隨著經濟的發展，對食品的需求也日益增加。

- Số lượng vụ ngộ độc thực phẩm không có dấu hiệu giảm xuống.
  食物中毒的案例數沒有減少的跡象。

2. hàng: phụ từ, từ dùng để biểu thị số lượng nhiều nhưng không xác định.

（**hàng**：副詞，用來表示數量多但數字不明確。）

$$\boxed{\text{hàng} + \text{數字}}$$

Ví dụ

- Mỗi năm, có **hàng** nghìn sinh viên trường Đại học Chính Trị tốt nghiệp.
  每年有數千位政治大學的學生畢業。

- Tôi có **hàng** đống công việc chưa hoàn thành xong.
  我還有一大堆的工作還沒完成。

3. **Động từ + phải + bổ ngữ: cấu trúc này có nghĩa tương tự như " bị + động từ" khi chủ thể gặp hay chịu tác động không tốt bởi cái gì đó.**

（動詞 ＋ **phải** ＋ 受詞：此文法結構與「**bị** ＋ 動詞」相似，用來表達主語遇到或是受到某物不好的影響。）

動詞 ＋ **phải** ＋ 受詞

Ví dụ

- Người nào ăn **phải** thức ăn kém chất lượng có thể bị ngộ độc.
  誰吃到品質不好的食物，都有可能會食物中毒。

- Ham rẻ, bà ấy mua **phải** hàng quá hạn sử dụng.
  因為貪小便宜，所以她買到過期的商品。

4. **mải + động từ: cấu trúc này dùng để biểu thị ý khi ai đó quá tập trung vào một việc gì đó thì sẽ không còn muốn để ý đến những việc khác.**

（**mải** ＋動詞：用來表示當某人過於專注某事時，就不想要在意其他事情，意即「一直」。）

mải ＋動詞

Ví dụ

- Người bán chỉ **mải** kiếm tiền, thu lợi mà không quan tâm tới sức khỏe cho người dân.
  賣家只專注於賺錢、牟利，而不去關心人民的健康。

- Thằng bé **mải** chơi game mà không chịu học bài.
  小男孩沉迷於玩遊戲，而不願意去讀書。

5. **giá như/ giá mà/ giá chi...thì: cấu trúc này dùng để biểu thị một giả thiết thường là cái mong muốn nhưng không có trong thực tế.**

（**giá như/ giá mà/ giá chi...thì**：此文法通常用來表示「某種想要但實際上卻沒有的假說」，意即「要是、假如」。）

```
giá như/ giá mà/ giá chi A thì B
```

* *Chú ý : **giá như/ giá mà/ giá chi...thì**: cũng chỉ mong muốn trong mối quan hệ nguyên nhân – kết quả như cấu trúc "**nếu...thì**" nhưng cái mong muốn đó không được thực hiện.* （*注意：**giá như/ giá mà/ giá chi...thì**：和文法「**nếu...thì**」一樣，同為在因果關係中希望實現某事，但那個願望無法實現，意即「如果」。）

Ví dụ

- **Giá mà** tôi có nhiều tiền **thì** tôi sẽ đi du lịch khắp thế giới.
  要是我有錢，我就會去環遊世界。

- **Giá chi** không có chiến tranh **thì** cuộc sống của người dân đã tốt hơn.
  要是沒有戰爭，人民的生活就會更好。

- **Giá như** ai cũng hiểu tầm quan trọng của an toàn vệ sinh thực phẩm **thì** sẽ không có những hậu quả đáng tiếc xảy ra.
  假如誰都了解到食品衛生安全的重要性，就不會有那些令人遺憾的結果發生了。

- **giá như/ giá mà/ giá chi...thì**: cũng dùng để biểu thị một sự tiếc nuối vì một sự việc nào đó đã không xảy ra.
  （**giá như/ giá mà/ giá chi...thì**：也用來表示因某事沒有發生而感到可惜，意即「要是、假如」。）

Ví dụ

- Hôm ấy **giá mà** tôi ở nhà **thì** đã gặp anh ấy.
  要是我今天在家就會遇到他了。

- **Giá chi** tôi không chê nó **thì** nó đã không ghét tôi.
  要是我不嫌棄他，他就不會討厭我了。

Luyện nói 口說練習

Hãy dùng cấu trúc "giá như/ giá mà/ giá chi…thì" để tạo câu.

（請用文法「**giá như/ giá mà/ giá chi…thì**」來造句。）

VD. Nhà thờ Đức Bà Paris không bị cháy/ người dân Pháp đã không buồn như vậy

  → **Giá chi** nhà thờ Đức Bà Paris không bị cháy **thì** người dân Pháp đã không buồn như vậy.

1) Bạn nghe tôi/ công ty đã không bị phá sản

  _____

2) Tôi biết chuyện trước/ tôi đã ngăn chuyện xấu đó xảy ra

  _____

3) Không có chiến tranh/ kiến trúc cổ ở Việt Nam đã không bị phá hủy

  _____

4) Ông ấy có sức khỏe tốt/ đi leo núi

  _____

5) Bây giờ tuần này tôi không bận/ tham gia buổi biểu diễn văn nghệ

  _____

6) Anh ấy biết trân trọng tình bạn bè/ mọi người đã giúp đỡ anh ấy

  _____

7) Trận động đất Đài Loan 921 không xảy ra/ ngôi nhà cũ của chúng đã tôi không bị phá hủy

  _____

8) Tôi có ngoại hình đẹp/ mạnh dạn đăng ký đi thi Hoa hậu

  _____

Hãy nghe nội dung của đoạn văn và lựa chọn đáp án đúng nhất.
（請聆聽文章內容，並選出最正確的答案。）

1)
☐ A. là những thực phẩm có thể gây hại cho sức khỏe
☐ B. là những loại bệnh ung thư
☐ C. là những thực phẩm có lợi cho sức khỏe
☐ D. là những loại bệnh mãn tính

2)
☐ A. việc sơ chế thực phẩm hợp vệ sinh
☐ B. mua thuốc kháng sinh
☐ C. việc bảo vệ môi trường
☐ D. lạm dụng hóa chất

3)
☐ A. đau lòng
☐ B. vui mừng
☐ C. buồn ngủ
☐ D. bị ung thư

Ngữ vựng 詞彙運用

Hãy dựa vào nội dung của bài đọc, tìm từ gần nghĩa nhất để thay thế vào các từ gạch chân sau đây.

（請根據課文內容，勾選與劃線詞語意義最相近的詞彙。）

1) Thực phẩm là nguồn cung cấp dinh dưỡng **_cho_** cơ thể.

    ☐ A. qua   ☐ B. sang

    ☐ C. để   ☐ D. đến

2) Khi nền kinh tế phát triển, nhu cầu sử dụng thực phẩm cũng **_ngày một_** tăng lên.

    ☐ A. ngày càng   ☐ B. càng ngày càng

    ☐ C. càng ngày   ☐ D. A và B đúng

3) Người nào ăn **_phải_** thức ăn kém chất lượng có thể bị ngộ độc.

    ☐ A. trúng   ☐ B. vào

    ☐ C. bị   ☐ D. được

4) Số lượng vụ ngộ độc thực phẩm không có dấu hiệu giảm **_xuống_**.

    ☐ A. tới   ☐ B. đến

    ☐ C. đi   ☐ D. lên

5) Người bán chỉ **_mải_** kiếm tiền, thu lợi mà không quan tâm tới sức khỏe cho người dân.

    ☐ A. thận trọng trong việc   ☐ B. so sánh trong việc

    ☐ C. tập trung vào việc   ☐ D. cân nhắc vào việc

6) **_Giá như_** ai cũng hiểu được tầm quan trọng của an toàn vệ sinh thực phẩm **_thì_** sẽ không có những hậu quả đáng tiếc xảy ra.

    ☐ A. nếu…thì   ☐ B. giá mà…thì

    ☐ C. giá chi…thì   ☐ D. B và C đúng

Luyện viết 寫作練習

1. **Hãy thêm động từ "tăng/ giảm" và giới từ phù hợp vào các câu sau đây, rồi viết lại câu.**
（請加入動詞「**tăng/ giảm**」以及合適的介係詞，並改寫下列各句。）

VD. Dân số Việt Nam dự kiến sẽ (increase to) nhanh chóng trong một thập niên tiếp theo.

→ Dân số Việt Nam dự kiến sẽ **tăng lên** nhanh chóng trong một thập niên tiếp theo.

1) Đầu tư của Đài Loan vào Việt Nam (has been increased strongly) trong vòng 10 năm gần đây.

_____

_____

2) Để tăng khả năng cạnh tranh thì giá sản phẩm cần phải (to be decreased down by) ít nhất 5%.

_____

_____

3) Tính trung bình, tỷ lệ tăng lương của Việt Nam (increased from) 20% tới 24% trong năm 2019.

_____

4) Do khủng hoảng kinh tế toàn cầu nên chi phí tiêu dùng cần phải (decreased by) 25%.

_____

2. Hãy dùng cấu trúc "hàng + con số" để viết lại câu theo mẫu (ý nghĩa có thể bị thay đổi).
（請依照範例，用「**hàng** ＋數字」改寫下列各句。）

VD. Ở Đài Bắc, mưa to suốt nhiều tuần.

→ Ở Đài Bắc mưa to suốt hàng tuần.

1) Tôi đã đợi kết quả phỏng vấn nhiều tuần rồi mà vẫn chưa có tin tức gì.

_____

2) Nhiều năm rồi tôi mới trở về thăm trường xưa chốn cũ.

_____

3) Lo lắng cho sức khỏe của ba, đã nhiều đêm rồi mà tôi không ngủ được.

_____

4) Lãnh thổ của Việt Nam từng bị chia cắt thành 2 miền Bắc Nam trong thời kì Chiến tranh Việt Nam (1954 -1976).

_____

5) Từ nhiều tháng nay, nhiều đồng tiền lớn trên thế giới bị mất giá.

_____

6) Để gửi giáo viên đi học tiến sĩ ở nước ngoài, nhà nước phải mất mấy trăm ngàn đô la Mỹ.

_____

3. Hãy điền "được/ bị/ phải" vào những câu sau đây.
（請將「**được/ bị/ phải**」填入下方空格。）

1) _____ biết cô ấy mới từ nước ngoài về, tôi đến thăm ngay.

2) Do đi nhanh quá mà cô ấy vấp _____ hòn đá.

3) Thành rất vui vì _____ mẹ cho đi chơi sở thú.

4) Do ăn _____ thực phẩm để lâu, kém chất lượng mà nhiều trẻ em bán trú phải nằm viện.

5) Anh ấy rất thất vọng khi _____ người yêu lừa dối nhiều năm.

6) Thằng bé _____ con chó cắn nên phải đi bệnh viện cấp cứu.

7) _____ nhân viên tiếp thị giới thiệu đó là sản phẩm chất lượng cao nên chúng tôi mới mua, nhưng ai ngờ mua _____ hàng giả.

8) Anh ấy cho rằng gặp _____ cô ta là điều bất hạnh nhưng tôi lại thấy cô ấy rất tốt bụng.

4. Hãy dùng cấu trúc "mải + động từ" để điền vào chỗ trống.
（請用文法「**mải** ＋動詞」填空。）

nói chuyện	tám chuyện	làm ăn	chơi
cãi nhau	nghĩ	nhìn	tranh luận

1) Chúng tôi _____ trên trời dưới đất nên quên giờ lên lớp.

2) Thành _____ gái đẹp, quên giờ về nhà.

3) Nhà nghèo, anh ấy _____ nên không dám nghĩ đến chuyện yêu đương.

4) _____ điện thoại, mẹ tôi quên nồi thịt kho đang nấu trên bếp.

5) Đang _____ phây búc nên không nghe thấy tiếng vợ gọi.

6) Đang _____ đến chuyện buồn nên quên dừng đèn đỏ.

7) Họ _____ hăng say mà quên rằng giờ họp đã kết thúc.

8) Họ _____ vì những chuyện không đâu, làm cho bầu không khí trong gia đình trở nên căng thẳng.

5. Hãy dùng cấu trúc "giá như/ giá mà/ giá chi...thì" để tạo câu dựa vào các cụm từ gợi ý cho sẵn ở bên dưới.

（請依照下方提供的句子，用「**Giá như/ giá mà/ giá chi...thì**」造句。）

VD. Hôm qua không thức quá khuya

→ **Giá như** hôm qua tôi không thức quá khuya thì hôm nay tôi đã không đến lớp trễ.

1) Không mắng em ấy

_____

2) Chăm chỉ học tiếng Việt hơn

_____

3) Có đủ gia vị nấu món Việt Nam

_____

4) Đến sớm hơn vài phút

_____

5) Không nói dối

_____

6) Ở nhà lúc bố mất

_____

7) Thành không ăn sô-cô-la

_____

8) Tôi là Thị trưởng của Thành phố Đài Bắc

_____

6. Hãy đặt câu với các từ cho sẵn sau đây.

（請用下列詞語造句。）

(1) tăng; (2) giảm ; (3) hàng + con số; (4) động từ + phải + bổ ngữ;

(5) mải + động từ; (6) giá như…mà; (7) cung cấp; (8) mối rủi ro;

(9) gây hại; (10) khiến cho; (11) thu lợi; (12) đáng tiếc

_____

_____

_____

_____

_____

_____

_____

_____

_____

7. Bài tập đánh máy: Hãy viết ý kiến cá nhân về mối quan hệ giữa sức khỏe và an toàn thực phẩm.

（打字練習：請闡述您對健康與食品安全之間關係的意見。）

Thực phẩm sạch là thực phẩm được đảm bảo từ **khâu** nguồn gốc, sản xuất, chế biến đến bảo quản. Tuy nhiên, việc lựa chọn chính xác không phải lúc nào cũng dễ dàng với người tiêu dùng, bởi vì thực phẩm bán trên thị trường rất đa dạng và phong phú. Thậm chí, hàng giả cũng không phải là ít. Chúng được sản xuất với công nghệ cao, tinh vi, trông rất giống hàng thật.

Người mua cần sáng suốt trong việc lựa chọn thực phẩm. Khi mua đồ trên mạng, người tiêu dùng cần kiểm tra kỹ chi tiết giấy phép của cơ sở thực phẩm trước khi đặt hàng. Với thực phẩm tươi sống thì phải chọn loại còn tươi mới, không có mùi lạ hay màu lạ. Tốt nhất nên ăn cá biển, củ quả, hay các loại hạt vì chúng thường có độ an toàn cao hơn. Với những **thực phẩm đã chế biến sẵn** như đồ đóng hộp: đầu tiên, hãy ưu tiên lựa chọn sản phẩm từ những nhãn hàng uy tín, có thương hiệu, vì chắc chắn sản phẩm ấy đã thông qua kiểm nghiệm; thứ hai, hãy lưu ý tới hạn sử dụng; thứ ba, hãy tìm hiểu về thành phần và chỉ số dinh dưỡng in trên bao bì, tuyệt đối không chọn những sản phẩm không rõ **nguồn gốc xuất xứ**.

1. Hãy dựa vào nội dung của bài đọc, trả lời các câu hỏi sau đây.
（請根據文章內容，回答下列問題。）

1) Thực phẩm như thế nào mới là thực phẩm sạch?

   _____

2) Tại sao việc lựa chọn thực phẩm là không dễ dàng?

   _____

3) Lí do hàng giả trông rất giống hàng thật?

   _____

4) Khi mua thực phẩm trên mạng, chúng ta cần chú ý tới điều gì?

   _____

5) Khi mua những loại thực phẩm tươi sống, chúng ta cần chú ý tới điều gì?

   _____

6) Những loại thực phẩm nào có độ an toàn cao hơn?

   _____

7) Khi lựa chọn thực phẩm đã chế biến sẵn như đồ đóng hộp, chúng ta cần chú ý đến những điều gì?

   _____

   _____

   _____

2. Hãy chọn một đáp án đúng nhất theo nội dung của bài đọc.

（請根據文章內容，選擇最適當的答案。）

1) Nội dung chính của đoạn văn trên chủ yếu nói về?

☐ A. Lựa chọn thực phẩm an toàn cho sức khỏe của con người

☐ B. Phương pháp lựa chọn thực phẩm trên mạng

☐ C. Những điều cần chú ý khi chọn thực phẩm tươi sống

☐ D. Những điều cần chú ý khi lựa chọn thực phẩm đã chế biến sẵn

2) Từ "*khâu*" trong bài đọc có nghĩa là:

☐ A. Từng yếu tố của một hệ thống, có quan hệ chặt chẽ với các yếu tố khác.

☐ B. Từng bộ phận riêng rẽ của một hệ thống, có quan hệ chặt chẽ với các bộ phận khác

☐ C. A/ B đúng

☐ D. A/ B sai

3) Cụm từ "*thực phẩm đã chế biến sẵn*" có nghĩa là:

☐ A. Thực phẩm đã bị thay đổi trạng thái tự nhiên

☐ B. Là những thực phẩm bao gồm: đông lạnh, đóng hộp, sấy khô

☐ C. Là thực phẩm đã qua sơ chế để tạo thành thực phẩm

☐ D. Cả A/ B/ C đúng

Bài 3
Sức khỏe

身體健康

Ý kiến cá nhân 個人意見

1. *Hãy đánh dấu vào những gì mà bạn cho là quan trọng trong cuộc sống của mình, sau đó giải thích lý do mà bạn chọn.*

   □ Gia đình   □ Công việc   □ Sức khỏe

   □ Học hành   □ Tình yêu   □ Tiền bạc

2. *Bạn hiểu gì về câu nói: "Sức khỏe là vô giá"?*

Bài Đọc 課文   ▶MP3-3.1

   Vào những năm gần đây, **nền** y tế Đài Loan được xếp thứ nhất trong bảng thứ hạng toàn cầu. Nếu chia theo khu vực, thì top 3 của châu Á bao gồm Đài Loan, Hàn Quốc và Nhật Bản. Hàng năm, có hàng trăm nghìn người nước ngoài đã tới đây để được điều trị y tế và phẫu thuật thẩm mỹ. **Sở dĩ** họ đến đây để chăm sóc sức khỏe **là vì** Đài Loan sở hữu hệ thống y tế toàn diện, đội ngũ y bác sĩ chuyên môn cao, rất tận tình vì người bệnh.

   "Ngày hội y tế Đài Loan tại Việt Nam" diễn ra vào ngày 27/7/2018 tại Thành phố Hồ Chí Minh, có sự tham gia của các chuyên gia y tế hàng đầu, 12 bệnh viện, các công ty thiết bị y tế và trung tâm chăm sóc sức khỏe Đài Loan. Điều này mở ra cơ hội hợp tác, kinh doanh trong lĩnh vực y tế cho hai bên, cung cấp thêm nhiều lựa chọn về y tế chất lượng cao cho người dân Việt.

   Đối với ngành y tế Việt Nam, **mặc dù** những năm qua đã có nhiều tiến bộ vượt bậc **nhưng** thực trạng vẫn còn nhiều bất cập. Nhân ngày hội y tế Đài Loan, các bệnh viện Việt Nam đã được bổ sung nhiều thiết bị hiện đại **nhằm** phục vụ tốt hơn cho công tác chẩn đoán và điều trị.

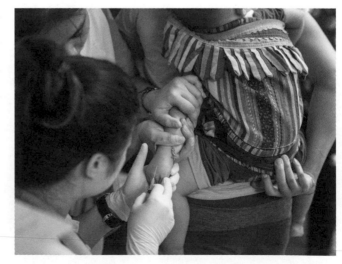

Đọc hiểu 課文理解

1. Hãy dựa vào nội dung của bài đọc, trả lời các câu hỏi sau đây.
（請閱讀課文內容，並回答下列問題。）

1) Nền y tế Đài Loan được xếp hạng mấy trên thế giới?

2) Bệnh nhân người nước ngoài tới Đài Loan để làm gì?

3) Lí do bệnh nhân người nước ngoài tới Đài Loan là gì?

4) "Ngày hội y tế Đài Loan tại Việt Nam" diễn ra khi nào? Ở đâu?

5) Có những ai tham gia vào "Ngày hội y tế Đài Loan tại Việt Nam"?

6) "Ngày hội y tế Đài Loan tại Việt Nam" nhằm mục đích gì?

7) Thực trạng của ngành y tế Việt Nam trong những năm gần đây là gì?

8) Tổ chức nào được bổ sung nhiều thiết bị y tế hiện đại?

2. Hãy chọn một đáp án đúng nhất theo nội dung của bài đọc.
（請依照課文內容，勾選最正確的答案。）

1) Nội dung của đoạn văn thứ nhất chủ yếu nói về?

☐ A. Giới thiệu về nền y tế Đài Loan

☐ B. Đội ngũ y bác sĩ có trình độ chuyên môn cao

☐ C. Nhiều người nước ngoài đến Đài Loan

☐ D. Top 3 nền y tế của châu Á

2) Nội dung của đoạn văn thứ hai chủ yếu nói về?

☐ A. Ngày hội y tế Việt Nam tại Đài Loan

☐ B. Ngày hội y tế Đài Loan tại Việt Nam

☐ C. Nền y tế Đài Loan

☐ D. Nền y tế Việt Nam

3) Nội dung của đoạn văn thứ ba chủ yếu nói về?

☐ A. Thực trạng của nền y tế Việt Nam

☐ B. Thực trạng của nền y tế Đài Loan

☐ C. Mục tiêu của "Ngày hội y tế Đài Loan tại Việt Nam"

☐ D. Công tác chẩn đoán và điều trị

Từ mới 生詞			▶MP3-3.2
nền y tế	醫學領域	chuyên gia	專家
đánh giá	評價	hàng đầu	第一
điều trị, chữa trị	治療、治療	lĩnh vực	領域
phẫu thuật	手術	lựa chọn	選擇
thẩm mỹ	美容	vượt bậc	突破性
chăm sóc	照顧、照護	thực trạng	實際狀況
sở hữu	擁有	bất cập	不足
hệ thống	系統	bổ sung	補充
toàn diện	全面	tiếp cận	接近、接觸
đội ngũ	團隊	thiết bị	設備、設施
chuyên môn cao	高專業度	chẩn đoán	診斷
diễn ra	展開、進行		

Ngữ pháp 文法

1. nền: từ phân loại, dùng để chỉ các lĩnh vực được xây dựng trong hoạt động của nhân loại như: nền văn minh, nền kinh tế, nền y tế…

（**nền**：分類詞，指建立在人類活動範圍的領域，例如：文明、經濟、醫學……（領域）。）

Ví dụ

- Mỗi **nền văn hóa** có những đặc trưng khác nhau.
  每個文化都有不同的特色。

- Bốn con rồng châu Á: Hàn Quốc, Đài Loan, Singapore và Hồng Kông là bốn **nền kinh tế** phát triển ở Đông Á vào thập niên 1960 cho đến những năm 1990.
  亞洲四小龍：韓國、臺灣、新加坡和香港是 1960 年代到 1990 年代發展迅速的四個經濟體。

2. Sở dĩ A là vì B: cấu trúc nối hai vế nhằm biểu thị mối quan hệ nguyên nhân – kết quả; trong đó A là kết quả, còn B là nguyên nhân.

（**Sở dĩ A là vì B**：藉由連接兩個子句，表示因果關係之文法，其中 A 為結果，B 為原因，意即「之所以……，是為了……」。）

Ví dụ

- **Sở dĩ** cô ấy thức khuya **là vì** phải hoàn thành bài báo cáo.
  他之所以熬夜，是為了完成報告。

- **Sở dĩ** trà đá được nhiều người Việt ưa thích **là vì** giá rẻ.
  冰茶之所以會受越南人喜愛，是因為價格便宜。

3. Cấu trúc dùng để nối hai vế có ý trái ngược nhau: mặc dù/ tuy/ dù…nhưng…

（mặc dù/ tuy/ dù….nhưng… :「儘管／雖然……但是……」，用來連接兩個具相反意思的子句。）

> **Mặc dù**
> **(mặc dầu)**   動詞 1   主詞 2   動詞 2
> **Tuy**   ＋主詞 1 ＋   ＋ **nhưng** ＋
>   形容詞 1   **(vẫn)**   形容詞 2
> **Dù**

Ví dụ ▶

- **Mặc dù** nhà anh ta giàu **nhưng** anh ta vẫn đi làm thêm.
  儘管他們家很有錢，但他還是會去打工。

- **Dù** trời mưa to **nhưng** họ vẫn đi cắm trại.
  儘管下大雨，他們還是去露營了。

4. Nhằm: liên từ chỉ mục đích, dùng trong văn viết và gần nghĩa với từ "để".

（**Nhằm**：表示目的之連接詞，為書面用語，意思和「**để**」(為了) 相近。）

> **mải** ＋動詞

Ví dụ ▶

- Thu hút vốn đầu tư nước ngoài **nhằm** thúc đẩy kinh tế.
  吸引外資，以促進經濟。

- Mọi quyết định của Chính phủ đều **nhằm** cải thiện cuộc sống của người dân.
  政府的每一個決定都是為了改善人民的生活。

5. **Đối với**: liên từ, theo sau đó thường là một mệnh đề, cụm từ biểu thị người/ sự vật được nêu ra có quan hệ trực tiếp với điều được nói đến sau đó.

（**Đối với**：連接詞，後面通常會加上子句，表示所提到的某人或某物，會與接下來所提及之內容有直接關連，意即「對某人／某物來說」。）

$$\boxed{\text{Đối với} + 名詞}$$

Ví dụ

- **Đối với** cô ấy, gia đình là quan trọng nhất.
  對她來說，家庭最重要。

- **Đối với** tôi, không gì quý hơn sức khỏe.
  對我來說，沒有什麼比健康更重要。

Luyện nói 口說練習

Hãy dùng cụm từ "đối với…" để hoàn thành mẫu đối thoại ngắn.
（請用「**đối với…**」完成對話。）

VD. A: Sinh viên bây giờ rất thích đi du lịch tự túc. Còn bạn thì sao?

→ B: Đối với tôi, tôi thích đi theo tua vì thuận tiện, an toàn và rẻ.

1) Bạn nghĩ sao về câu nói: "Có sức khỏe là có tất cả, ngược lại không sức khỏe là không có gì."

_____

2) Cafe phin là thức uống được ưa thích nhất của người Việt. Còn Đài Loan thì thế nào?

_____

3) Người ta thường cho rằng, có tiền sẽ mua được tất cả, không gì là không thể, kể cả hạnh phúc. Bạn có nghĩ thế không?

_____

4) Người Việt thích dùng hàng ngoại. Nếu là bạn, bạn sẽ mua hàng gì?

_____

5) Với tôi, mùa thu là thời điểm tuyệt vời để đi du lịch. Còn bạn?

_____

6) Những màu sắc nào làm cho bạn cảm giác dễ chịu?

_____

Luyện nghe 聽力練習 ▶MP3-3.3

Hãy nghe nội dung đoạn văn và lựa chọn đáp án đúng nhất.
（請聆聽文章內容，並選出最正確的答案。）

1)
☐ A. 4 năm ☐ B. 5 năm
☐ C. 6 năm ☐ D. 7 năm

2)
☐ A. vì Đài Loan có rất nhiều ☐ B. vì nhà nước Đài Loan đào
    bệnh viện   tạo rất nhiều bác sĩ
☐ C. vì nền y học của Đài Loan ☐ D. vì nhờ có "bảo hiểm y tế
    được đánh giá cao   toàn dân"

3)
☐ A. các bệnh viện tại Đài Loan ☐ B. "bảo hiểm y tế toàn dân" có
    đều sở hữu nhiều thiết bị y   giá rất đắt
    tế cao cấp
☐ C. hệ thống đào tạo các sinh ☐ D. không chỉ Tây y, Đông y
    viên khoa y học rất chuyên   cũng rất phổ biến
    nghiệp

Ngữ vựng 詞彙運用

1. Hãy tìm từ thích hợp điền vào chỗ trống.

（請將適當詞語填入下方空格。）

thẩm mỹ	đánh giá	nền	toàn diện
bất cập	chăm sóc	hệ thống	sở hữu

1) Cô giáo _____ em ấy là một sinh viên giỏi.

2) Đài Loan có khá nhiều bệnh viện _____ nổi tiếng.

3) Những năm gần đây, anh ấy nghiên cứu về _____ kinh tế Việt Nam.

4) Anh Quốc có _____ giáo dục tốt nhất thế giới.

5) Cách giải quyết còn nhiều _____ .

6) Phát triển _____ đời sống tinh thần cho người dân.

7) Đài Loan _____ hệ thống y tế toàn diện.

8) Dịch vụ _____ sức khỏe tại Đài Loan rất tốt.

2. Hãy dựa vào nội dung bài đọc, tìm từ gần nghĩa nhất để thay thế vào từ gạch chân.

（請根據課文內容，勾選與劃線詞語意義最相近的詞彙。）

1) *Ngày càng* có nhiều người nước ngoài đến Đài Loan khám bệnh.

☐ A. càng ngày ☐ B. mỗi ngày

☐ C. luôn luôn ☐ D. càng ngày càng

2) "Ngày hội y tế Đài Loan" có sự *tham gia* của các chuyên gia y tế hàng đầu Đài Loan.

☐ A. góp mặt ☐ B. gặp gỡ

☐ C. gặp mặt ☐ D. góp phần

3) Điều này *mở ra* cơ hội hợp tác, kinh doanh cho hai bên.

☐ A. mở cửa ☐ B. tạo nên

☐ C. tạo ra ☐ D. Cả B và C đúng

4) Bác sĩ ***chữa trị*** cho bệnh nhân.

 ☐ A. sửa chữa   ☐ B. khỏi bệnh

 ☐ C. điều trị   ☐ D. Cả A/B/C đúng.

5) Các bệnh viện Việt Nam đã được bổ sung nhiều thiết bị hiện đại ***nhằm*** phục vụ tốt hơn cho người dân.

 ☐ A. để   ☐ B. cho

 ☐ C. mà   ☐ D. dùng

6) Ngày hội y tế Đài Loan tại Việt Nam nhằm phục vụ tốt hơn cho ***công tác*** chẩn đoán và điều trị.

 ☐ A. điều   ☐ B. sự

 ☐ C. nền   ☐ D. việc

Luyện viết 寫作練習

1. Hãy dùng kết cấu "Sở dĩ...là vì..." để viết lại các câu sau.
（請用文法「**Sở dĩ...là vì...**」改寫下列各句。）

VD. Vì thời tiết thay đổi nên mẹ tôi bị đau đầu.

  → Sở dĩ mẹ tôi bị đau đầu là vì thời tiết thay đổi.

1) Vì ăn quá nhiều đồ ngọt nên cô ấy tăng cân nhanh.

    _____

2) Vì công việc quá áp lực nên cô ấy mệt mỏi.

    _____

3) Vì bận làm luận văn nên chúng tôi không có thời gian cho nhau.

    _____

4) Vì đạt kết quả học tập tốt nên mẹ thưởng cho tôi một chuyến du lịch.

    _____

5) Vì không mời cô ấy đi ăn sinh nhật nên cô ấy giận tôi.

    _____

6) Vì thức khuya xem phim nên tôi cảm thấy uể oải.

    _____

7) Vì nói rành tiếng Việt nên cô ấy muốn sang Việt Nam làm việc.

    _____

8) Vì cuộc sống quá bận rộn nên chúng tôi chẳng có thời gian để nghỉ ngơi.

    _____

2. Hãy dùng cấu trúc "mặc dù/ tuy/ dù…nhưng…" để tạo câu.

（請用文法「**mặc dù/ tuy/ dù….nhưng…**」造句。）

VD. Bệnh béo phì/ đồ tinh bột

→ Mặc dù bị bệnh béo phì nhưng anh ta vẫn ăn rất nhiều đồ tinh bột.

1) Khó chịu/ đi làm

_____

2) Khó tiêu/ đồ nóng

_____

3) Đau cổ họng/ uống nước đá

_____

4) Say xe/ thích đi chơi xa

_____

5) Mất ngủ/ uống cà phê

_____

6) Sốt/ vui vẻ

_____

7) Ung thư/ lạc quan

_____

8) Cảm lạnh/ không mặc áo ấm

_____

3. **Hãy dùng từ "nhằm" để dịch các câu sau đây sang tiếng Việt.**
   （請用「**nhằm**」將下列各句翻譯成越南語。）

   1) 我們升級了醫療設備以改善病患的照護。

      _____

   2) 為了減肥，我們應該吃健康的食物，例如水果及蔬菜。

      _____

   3) 「台越醫療合作會議」旨在為雙方提供商業機會。

      _____

4. **Hãy đặt câu với các từ sau đây.**
   （請用下列詞語及文法造句。）

   (1) điều trị, (2) sở hữu, (3) cung cấp, (4) thực trạng, (5) bất cập,
   (6) tiếp cận, (7) nền, (8) sở dĩ…là vì, (9) mặc dù…nhưng, (10) nhằm,
   (11) đối với

   _____

   _____

   _____

   _____

   _____

   _____

_____

_____

_____

_____

_____

_____

_____

_____

_____

5. Bài tập đánh máy: Hãy viết ý kiến cá nhân về những tác hại của rượu bia đối với sức khỏe.

（打字練習：請就「酒對健康的危害」闡述您的看法。）

Bảng từ mở rộng 補充詞彙

Một vài triệu chứng và bệnh tật
症狀與疾病

lão hóa	老化	cận thị	近視
đau, nhức	痛、酸	bệnh tim	心臟病
khó chịu	不舒服	trúng gió	風寒
mệt mỏi, uể oải	累、疲乏、身體無力	cảm lạnh	感冒
sốt	發燒	viêm mũi	鼻子發炎
khó tiêu	消化不良	ngạt mũi	鼻塞
mất ngủ	失眠	bệnh ngoài da	皮膚病
rát, đau rát	刺痛	táo bón	便祕
bị bỏng, bị phỏng	燒傷、燙傷	buồn nôn	想吐
ung thư	癌症	tiêu chảy	腹瀉
bệnh béo phì	肥胖症	đau cổ họng	喉嚨痛
viêm nhiễm	感染發炎	chóng mặt	頭暈
loét dạ dày	胃潰瘍	ngất, ngất xỉu	昏倒
say xe	暈車	nhịp tim nhanh	心跳（過）快
sổ mũi	流鼻水	ho	咳嗽

Bài đọc thêm 補充閱讀

Biến đổi khí hậu (BĐKH) đang diễn biến ngày một nghiêm trọng và thật đáng buồn khi con người là tác nhân chính gây nên những hiện tượng này. Họ ngày ngày tạo ra nhiều chất thải độc hại, khai thác quá mức tài nguyên rừng và hệ sinh thái biển. Nhiệt độ ngày càng tăng khiến năng suất làm việc giảm, thiên tai ảnh hưởng nghiêm trọng đến đời sống của người dân. Ngoài ra, BĐKH còn đe dọa tới sinh mạng của hàng trăm triệu người mỗi năm trên khắp thế giới. Đặc biệt, BĐKH tác động xấu đến sức khỏe của loài người, làm tăng khả năng bùng phát và lan truyền các bệnh dịch nguy hiểm. Ở những vùng có khí hậu nhiệt đới, các bệnh như ung thư da, bệnh về mắt ngày một nhiều. Các đợt nắng nóng kéo dài gây nên nguy cơ bệnh đối với người già, người mắc bệnh tim mạch và trẻ nhỏ. Vậy nên, việc cần làm cấp bách là chúng ta cần phải thay đổi suy nghĩ để có "lối sống xanh và sạch", sử dụng hiệu quả tài nguyên thiên nhiên và bảo vệ rừng.

1. Hãy dựa vào nội dung của bài đọc, trả lời các câu hỏi sau đây.
（請根據文章內容，回答下列問題。）

1) Hiện nay, biến đổi khí hậu diễn biến như thế nào?

   _____

2) Đâu là tác nhân chính gây ra hiện tượng biến đổi khí hậu?

   _____

3) Những hành động nào góp phần gây ra biến đổi khí hậu?

   _____

4) Việc nhiệt độ tăng sẽ ảnh hưởng tới điều gì?

   _____

5) Nhiệt độ ảnh hưởng như thế nào đến năng suất người lao động?

   _____

6) Điều gì ảnh hưởng đến đời sống của người dân?

   _____

7) Hàng năm, có bao nhiêu sinh mạng bị ảnh hưởng bởi thiên tai?

   _____

8) BĐKH tác động tới con người như thế nào?

   _____

9) Những vùng có khí hậu nhiệt đới, con người hay mắc phải những loại bệnh gì?

   _____

10) Nhóm người nào dễ bị gia tăng nguy cơ bệnh tật?

_____

11) Điều gì cần phải làm cấp bách?

_____

2. Hãy chọn một đáp án đúng nhất theo nội dung của bài đọc.
（請根據文章內容，勾選最正確的答案。）

1) Nguyên nhân chính gây nên hiện tượng biến đổi khí hậu là:

☐ A. thiên tai

☐ B. bệnh dịch nguy hiểm

☐ C. con người

☐ D. chất thải độc hại

2) Nguyên nhân chính đe dọa đến sinh mạng của hàng trăm triệu người là gì?

☐ A. BĐKH

☐ B. nhiệt độ tăng

☐ C. thiên tai hàng năm

☐ D. năng suất làm việc giảm

3) Bệnh ung thư da xuất hiện nhiều hơn ở các nước thuộc vùng khí hậu nào?

☐ A. khí hậu ôn đới

☐ B. khí hậu lục địa

☐ C. khí hậu nhiệt đới

☐ D. khí hậu khô

4) Con người cần làm gì để ứng phó với BĐKH?

☐ A. có lối sống xanh và sạch

☐ B. sử dụng hiệu quả tài nguyên thiên nhiên

☐ C. bảo vệ rừng

☐ D. cả A, B và C đều đúng

Bài 4
Học tập

學習

Ý kiến cá nhân 個人意見

1. *Bạn đã từng học những ngoại ngữ nào? Hãy chia sẻ những khó khăn khi bắt đầu học một ngoại ngữ nào đó.*
2. *Hãy chia sẻ những khó khăn ban đầu khi bạn học tiếng Việt. Mục tiêu học tiếng Việt của bạn là gì?*

Bài Đọc 課文   ▶MP3-4.1

Mỗi người có một phương pháp học tập ngoại ngữ khác nhau. Tuy nhiên, tham khảo kinh nghiệm của những người đã thành công trong việc học ngoại ngữ cũng là điều rất cần thiết và bổ ích. Dưới đây là ví dụ đến từ Timothy Doner - nhà siêu đa ngôn ngữ trẻ nhất thế giới:

1. Khi học, chúng ta nên học theo cụm từ. Trước hết, ***hãy*** cố gắng tự phân tích ngữ nghĩa của từ đó, việc này không những giúp bạn hiểu từ vựng sâu hơn mà còn biết cách vận dụng nó vào các hoàn cảnh cụ thể. Nếu gặp một từ mới hoàn toàn, bạn có thể tự tra từ điển thay vì sử dụng giáo trình song ngữ. Bạn nên đầu tư thời gian học từ mới, khoảng 50 từ một ngày và viết ***ra*** giấy càng nhiều càng tốt để nhớ từ lâu hơn.

(Phỏng theo bài viết của Timothy Doner)

2. ***Đừng*** ngại nói ở nơi đông người, ***đừng*** xấu hổ khi giao tiếp với người bản xứ. Cần gạt bỏ những suy nghĩ như: "tại sao mình phát âm sai?", "lo ngại bị người khác đánh giá và phê bình". ***Nhờ*** tự tin nói chuyện ***mà*** bạn được sửa lỗi và ***chắc chắn*** có cơ hội hoàn thiện khả năng ngoại ngữ của mình.

3. Hơn một thập niên trước, việc học ngoại ngữ khá khó khăn. Nhưng nay, ***nhờ*** sự bùng nổ của công nghệ thông tin ***mà*** chúng ta dễ dàng tiếp cận với người nước ngoài qua các trang mạng xã hội như: Facebook, Twitter, Instagram, Zalo... Hãy tận dụng mọi cơ hội để được thực hành khả năng ngoại ngữ của mình. Ngoài ra, bạn có thể ***tìm thấy*** các websites tự học phát âm, từ vựng, ngữ pháp, thực hành nghe và cả bài kiểm tra trình độ của mình.

4. Cuối cùng, cần có ý chí mạnh mẽ, sự kiên nhẫn và niềm đam mê tìm hiểu để bạn kết nối được với đất nước và nền văn hóa thông qua ngôn ngữ mà bạn học.

Đọc hiểu 課文理解

1. Hãy dựa vào nội dung của bài đọc, trả lời các câu hỏi sau đây.
（請閱讀課文內容，並回答下列問題。）

1) Tại sao chúng ta nên tham khảo kinh nghiệm học tập của những người khác?

2) Timothy Doner là ai?

3) Việc tự phân tích ngữ nghĩa của từ vựng sẽ giúp ích gì cho bạn?

4) Tại sao chúng ta nên tự tra từ điển?

5) Một ngày, bạn nên học bao nhiêu từ mới?

6) Khi gặp người bản xứ, chúng ta nên làm gì?

7) Mục đích của việc kết bạn với người nước ngoài qua mạng xã hội là gì?

8) Thông qua ngôn ngữ mà bạn học, bạn sẽ biết thêm những điều gì?

2. Hãy chọn đáp án đúng nhất theo nội dung của bài đọc.
（請依照課文內容，勾選正確答案。）

1) Hãy đặt tiêu đề phù hợp nhất cho cả bài đọc trên.

☐ A. Cách học từ vựng

☐ B. Thực hành nói ngoại ngữ

☐ C. Các trang mạng xã hội

☐ D. Bí quyết để học tốt ngoại ngữ

2) Nội dung chính của đoạn văn thứ nhất chủ yếu viết về điều gì?

☐ A. Học theo cụm từ

☐ B. Tra từ điển để học từ mới

☐ C. Hãy viết từ mới ra giấy

☐ D. Cách học từ vựng hiệu quả

3) Đoạn văn thứ hai viết về những điều gì?

☐ A. Hãy mạnh dạn khi sử dụng ngoại ngữ

☐ B. Đừng xấu hổ khi giao tiếp với người khác

☐ C. Đừng lo sợ khi bị người khác đánh giá về mình

☐ D. Cả ba đáp án trên

4) Nội dung chính của đoạn văn thứ ba chủ yếu viết về điều gì?

☐ A. Lợi ích của công nghệ thông tin đối với việc học ngoại ngữ

☐ B. Các trang websites để tự học ngoại ngữ

☐ C. Sự bùng nổ của công nghệ thông tin

☐ D. Cơ hội để kết bạn với người nước ngoài

5) Đoạn văn thứ tư viết về những điều gì?

☐ A. Bạn cần có ý chí mạnh mẽ

☐ B. Bạn cần có lòng kiên nhẫn

☐ C. Bạn cần có niềm đam mê

☐ D. Tất cả các đáp án trên

Từ mới 生詞			▶MP3-4.2
học tập	學習	người bản xứ	當地人
phương pháp	方法	gạt bỏ	放棄、摒棄
tham khảo	參考	lo ngại	介意
kinh nghiệm	經驗	phê bình	批評
cần thiết	必須、需要	tự tin	自信
bổ ích	有益	sửa lỗi	改錯、修正
nhà siêu đa ngôn ngữ	多語言者	hoàn thiện	完善、健全
cố gắng	努力	khả năng	能力、可能
phân tích	分析	thập niên	年代、十年
ngữ nghĩa	詞義	bùng nổ	爆發
vận dụng	運用	công nghệ thông tin	資訊科技
cụ thể	具體	trang mạng xã hội	社群媒體
từ điển	字典	tận dụng	運用、善用
giáo trình	教材	thực hành	執行、實行
song ngữ	雙語	mạnh mẽ	強烈、強壯
đầu tư	投資	kiên nhẫn	堅持
xấu hổ	害羞	đam mê	興趣、沉迷
kiểm tra	檢查	tìm hiểu	了解、探索

Ngữ pháp 文法

1. **chắc chắn: dùng để biểu thị một hành động hay sự kiện nào đó mà tin chắc nó sẽ xảy ra, gần nghĩa với từ "nhất định".**

（**chắc chắn**：用來表示說話者相信某種行為或事件必定會發生，意思和「**nhất định**」（一定）相近，意即「一定」。）

> chắc chắn ＋ 動詞／子句

> **Ví dụ**

- **Chắc chắn** tôi đã gặp anh ấy ở bữa tiệc.
  我一定有在聚會上遇過他。

- Tôi đến Hội An 2 lần rồi và **chắc chắn** sẽ quay lại.
  我去過會安兩次了，而且我一定會再去一次。

2. **Động từ: ra và thấy**

（動詞：**ra** 和 **thấy**）

- **ra/ thấy**: đứng sau động từ, biểu thị kết quả của hành động. Ví dụ như: tìm ra, nhận ra, hiểu ra, tìm thấy, nhận thấy, viết ra…

  （**ra/ thấy**：放在動詞之後，表示動作的結果。例如：tìm ra（找出）、nhận ra（意識到）、hiểu ra（了解到）、tìm thấy（找到）、nhận thấy（了解到）、viết ra（寫出）……）

- Ngoài ra, thấy cũng có thể đứng một mình như: "tôi thấy bạn ấy ở trường"; " thấy không vui"…

  （**thấy** 也可以單獨作為動詞使用，此時中文意思是「看到、覺得」。
  例如：Tôi thấy bạn ấy ở trường「我在學校看到你」；thấy không vui「覺得不快樂」……）

3. đừng: phó từ, dùng với ý khuyên ngăn ai đó không nên nói hay làm việc gì đó, đồng nghĩa với từ chớ.

（**đừng**：副詞，用於勸阻某人不要說或做某件事，與「**chớ**」（不要……）同義，意即「不要……」。）

> **Ví dụ**

- **Đừng** nghe theo anh ta!
  不要聽他的話！

- **Đừng** đi, nguy hiểm lắm!
  不要去，很危險！

4. nhờ...mà: cấu trúc biểu thị mối quan hệ về nguyên nhân dẫn đến kết quả tốt đẹp.

（**nhờ...mà**：用來表示有美好結果的因果關係，意即「多虧……」。）

> **Ví dụ**

- **Nhờ** có sự giúp đỡ của mọi người **mà** tôi mới khỏi bệnh.
  多虧大家的幫助，我才能康復。

- **Nhờ** nói chuyện thường xuyên với người Việt Nam **mà** tôi mới có thể giao tiếp tốt bằng tiếng Việt.
  多虧我常常和越南人聊天，我才能用越南語好好地溝通。

Luyện nói 口說練習

Hãy dùng từ "đừng" để thực hành nói theo mẫu.
（請依照範例用「**đừng**」進行口說練習）

VD. A: Quyển sách "Bí quyết học tốt ngoại ngữ" đó có hay không?

→ B: Đừng tốn thời gian đi tìm nó. Quyển sách đó không hay đâu.

1) Con ăn thêm sô-cô-la, được không?

_____

2) Ngày mai sẽ có bão lớn, chúng ta có nên đi biển?

_____

3) Tôi muốn mua ít quà tặng anh, được chứ?

_____

4) Tôi đã kể một vài bí mật của mình cho cô ấy nghe. Tôi sợ là…

_____

5) Tôi thường xuyên thức khuya tới 1 giờ sáng mới đi ngủ nên cảm thấy không khỏe.

_____

6) Mọi người đã đặt quá nhiều kỳ vọng vào đội tuyển bóng đá quốc gia.

_____

7) Tôi giận bản thân vì đã không nghe lời bố mẹ.

_____

8) Sắp tới giờ biểu diễn rồi, tôi run quá!

_____

Luyện nghe 聽力練習　▶MP3-4.3

Hãy nghe nội dung của đoạn văn và lựa chọn đáp án đúng nhất.

（請聆聽文章內容，並選出最正確的答案。）

1)

☐ A. 1　　　　　　　　　☐ B. 2

☐ C. 3　　　　　　　　　☐ D. 4

2)

☐ A. thường xuyên giao tiếp với người bản xứ

☐ B. phân biệt người nước ngoài và người bản xứ

☐ C. tiếp xúc với những đồng hương của chúng ta

☐ D. chỉ biết học thuộc lòng mặt chữ

3)

☐ A. phải hiểu rõ đặc điểm ngữ pháp của ngôn ngữ đó

☐ B. không ngừng giao tiếp với người bản xứ

☐ C. bí quyết để học từ mới

☐ D. cách dùng từ trong những ngữ cảnh khác nhau

Ngữ vựng 詞彙運用

1. Hãy tìm từ thích hợp để điền vào chỗ trống.

（請將適當詞語填入下方空格。）

phương pháp	cụ thể	kinh nghiệm	xấu hổ
hoàn cảnh	tham khảo	đầu tư	phê bình

1) Mỗi sinh viên có một _____ học tập khác nhau.

2) Cho tôi một ví dụ _____ thì tôi mới hiểu được.

3) Ngài ấy là một nhà _____ sắc sảo.

4) Trước khi quyết định việc gì nên _____ ý kiến của gia đình.

5) Bạn ấy chia sẻ _____ học ngoại ngữ với mọi người.

6) Một ngày tôi _____ rất nhiều thời gian để học tiếng Việt.

7) Ở khoa tôi, mỗi người có một _____ kinh tế khác nhau.

8) Em ấy học rất giỏi nhưng hay _____ trước lớp.

2. Hãy dựa vào nội dung của bài đọc, tìm từ gần nghĩa nhất để thay thế vào các từ gạch chân.

（請根據課文內容，勾選與劃線詞語意義最相近的詞彙。）

1) Mỗi người có phương pháp học ngoại ngữ **_khác nhau_**.

☐ A. khác với   ☐ B. riêng biệt

☐ C. biệt lập   ☐ D. dị biệt

2) **_Khi_** học ngoại ngữ, chúng ta **_nên_** học theo cụm từ.

☐ A. Khi…cần   ☐ B. Không những…mà còn

☐ C. Sở dĩ…là vì   ☐ D. Nếu…thì

3) Đừng ngại nói ở nơi **_đông người_**.

☐ A. thiếu người   ☐ B. đông lắm

☐ C. ít người   ☐ D. nhiều người

4) Bạn có thể **_tìm thấy_** nhiều websites để tự học ngoại ngữ.

☐ A. nhận ra   ☐ B. nhận biết

☐ C. tìm ra   ☐ D. rà soát

Luyện viết 寫作練習

1. Hãy điền "ra" hoặc "thấy" vào chỗ trống.

（請將「**ra**」或「**thấy**」填入空格。）

1) Tôi nhận _____ cô ấy ở đám cưới của anh trai tôi.

2) Anh ấy nhận _____ họ không hợp nhau.

3) Em có nghe _____ ai đang nói chuyện với em trong điện thoại không?

4) Chị có nghĩ _____ cách giải bài toán này không?

5) Tôi cảm _____ chúng tôi không được chào đón ở đây.

6) Hình như anh ta đã hiểu _____ vấn đề ở đâu rồi.

7) Tôi cảm _____ vui khi được nói chuyện cùng mọi người.

8) Đúng _____ họ không phải là họ hàng.

2. Hãy nối hai câu thích hợp lại với nhau.

（請將兩個合適的句子連接在一起。）

1) Bạn Nam mới phẫu thuật tim tuần trước. Ngày mai chúng ta đi thăm Nam ở bệnh viện chứ? （　　）

2) Sắp tới hạn nộp bài rồi, bao giờ bạn sẽ hoàn thành bài báo cáo này? （　　）

3) Nó bị cảm cả tuần nay rồi, tại sao không đi khám bệnh? （　　）

4) Lâu rồi chúng mình không đến nhà Lan chơi nhỉ? （　　）

a. Được chứ. Hẹn gặp em vào ngày mai nhé.

b. Ngày mai sẽ xong.

c. Nó cho rằng chỉ bị cảm nhẹ, nhất định không đi.

d. Vậy mai chúng ta đi thăm bạn ấy đi.

3. Hãy dùng cấu trúc "nhờ...mà" để hoàn thành các câu sau theo mẫu.

（請依照範例，用「**nhờ...mà**」完成下列各句。）

VD. Nhờ sự giúp đỡ của cô ấy mà _____

   → Nhờ sự giúp đỡ của cô ấy mà tôi đã hoàn thành nhiệm vụ được giao.

  1) Nhờ uống thuốc đông y mà _____

  2) Nhờ tập thể dục mỗi ngày mà _____ _____

  3) Nhờ đổi mới giáo trình giảng dạy mà _____

  4) Nhờ sự bùng nổ về công nghệ thông tin mà _____

  5) Nhờ thường xuyên ăn rau mà _____

  6) Nhờ có chính sách phát triển kinh tế mới mà _____

  7) Nhờ có cuộc thi tìm kiếm tài năng trẻ mà _____

  8) Nhờ sắp xếp lại phòng làm việc mà _____

4. Hãy đặt câu với các từ sau.

（請用下列詞語及文法造句。）

(1) chắc chắn; (2) đừng…; (3) động từ + ra/ thấy; (4) nhờ…mà;

(5) phương pháp; (6) vận dụng; (7) xấu hổ; (8) gạt bỏ; (9) bùng nổ;

(10) cụ thể

_____

_____

_____

_____

_____

_____

（打字練習：請分享你學習外語的經驗。）

---

5. Bài tập đánh máy: Hãy viết về kinh nghiệm học ngoại ngữ của bạn.

（打字練習：請分享你學習外語的經驗。）

Thành lập từ năm 1076, Quốc Tử Giám là trường đại học đầu tiên của Việt Nam, được xây dựng theo mô hình giáo dục cao cấp của triều đình phong kiến. Nền giáo dục hiện đại theo mô hình phương Tây do người Pháp khởi xướng cũng đã tồn tại hơn 110 năm nhưng đến nay đã có nhiều thay đổi để phù hợp với các thời kỳ lịch sử của đất nước hơn.

Hiện nay, hệ thống giáo dục ở Việt Nam có thể chia thành các cấp như sau: giáo dục mầm non gồm giáo dục nhà trẻ và mẫu giáo; giáo dục phổ thông gồm hệ tiểu học, trung học cơ sở và trung học phổ thông; giáo dục nghề nghiệp đào tạo các trình độ sơ cấp, trung cấp và cao đẳng; giáo dục đại học đào tạo các trình độ đại học, thạc sĩ và tiến sĩ.

Hệ đại học thường từ bốn đến sáu năm tùy theo ngành học, mục tiêu học tập của mỗi trường, mỗi chuyên ngành là khác nhau. Sinh viên các ngành khoa học xã hội, khoa học nhân văn hay kinh tế sau khi tốt nghiệp thì được cấp bằng cử nhân. Sinh viên học các trường đại học chuyên ngành kỹ thuật sau khi tốt nghiệp có bằng kỹ sư. Sinh viên sau khi tốt nghiệp đại học thì có thể học lên thạc sĩ rồi học lên tiến sĩ trong hướng chuyên môn phù hợp hoặc đáp ứng được điều kiện của chương trình đào tạo.

1. Hãy dựa vào nội dung của bài đọc, trả lời các câu hỏi sau đây.
（請根據文章內容，回答下列問題。）

1) Trường Quốc Tử Giám được thành lập từ khi nào?

   _____

2) Nền giáo dục Việt Nam hiện đại được chia theo các cấp như thế nào?

   _____

3) Ai là người khởi xướng ra mô hình giáo dục hiện đại?

   _____

4) Giáo dục mầm non gồm những hệ nào?

   _____

5) Giáo dục phổ thông gồm những hệ nào?

   _____

6) Giáo dục nghề nghiệp gồm những hệ nào?

   _____

7) Giáo dục đại học gồm những hệ nào?

   _____

8) Hệ đại học thường học mấy năm?

   _____

9) Sinh viên chuyên ngành khoa học xã hội sau khi ra trường nhận bằng gì?

   _____

10) Để có bằng kỹ sư cần học chuyên ngành gì?

    _____

2. Hãy chọn một đáp án đúng nhất theo nội dung của bài đọc.

（請根據文章內容，勾選最正確的答案。）

1) Mô hình giáo dục hiện đại do ai khởi xướng?

☐ A. do triều đình khởi xướng

☐ B. do trường Quốc Tử Giám khởi xướng

☐ C. do phương Tây khởi xướng

☐ D. do người Pháp khởi xướng

2) Đoạn văn thứ nhất có đề cập đến điều gì?

☐ A. Xây dựng quốc gia theo mô hình của người Pháp

☐ B. Nền giáo dục của Việt Nam tồn tại hơn 110 năm

☐ C. Mô hình giáo dục hiện đại luôn không thay đổi

☐ D. Quốc Tử Giám là trường đại học đầu tiên của Việt Nam

3) Nội dung chính của đoạn văn thứ hai viết về?

☐ A. hệ thống giáo dục của Việt Nam hiện nay

☐ B. giáo dục mầm non

☐ C. giáo dục phổ thông

☐ D. giáo dục đại học

4) Nội dung chính của đoạn văn thứ ba chủ yếu giới thiệu về?

☐ A. hệ cao đẳng

☐ B. hệ đại học

☐ C. hệ thạc sĩ

☐ D. hệ tiến sĩ

Bài 5
Dịch vụ

服務

Ý kiến cá nhân 個人意見

1. *Theo bạn, dịch vụ là gì? Ở Đài Loan, những loại hình dịch vụ nào được người dân ưa thích?*
2. *Bạn đã từng sử dụng qua loại hình dịch vụ nào của Việt Nam chưa? Nếu có, hãy chia sẻ cảm nhận của bản thân về nó.*

Bài Đọc 課文 ▶MP3-5.1

Hơn 10 năm trở lại đây, song song với sự phát triển của nền kinh tế Việt Nam, các *loại* hình dịch vụ cũng trở nên đa dạng để đáp ứng nhu cầu thiết yếu của người dân.

Những dịch vụ cơ bản như: ăn uống, internet, cắt tóc, sửa chữa hàng dân dụng, v.v…phổ biến ở *cả* thành thị *lẫn* nông thôn. ***Khi mà*** đời sống được cải thiện *thì* người ta sẵn sàng chi ra vài chục triệu đồng để được hưởng các loại hình dịch vụ như: sức khỏe, chăm sóc sắc đẹp, mua sắm, du lịch, giải trí, v.v…

Trước kia, người dân chỉ đi chợ truyền thống mua thức ăn. Giờ đây, họ có thêm nhiều sự lựa chọn. Nhiều gia đình thích mua đồ ở siêu thị vì mặt hàng ở đây phong phú hơn và có giá cả phải chăng. Cuộc sống ngày càng bận rộn, cửa hàng tiện lợi mọc lên khắp nơi ở hai thành phố lớn là Hà Nội và Sài Gòn như: VinMart + (Việt Nam), Bách Hóa Xanh (Việt Nam), Familymart (Nhật), Minishop (Nhật), Circle K (Mỹ), v.v…Những cửa hàng này phục vụ khách hàng *cả* ngày *lẫn* đêm.

Dù là dịch vụ nào ***đi chăng nữa thì*** chất lượng, giá cả và vị trí thuận lợi phải luôn được chú ý đến, như thế mới được khách hàng ưa chuộng.

Đọc hiểu 課文理解

1. Hãy dựa vào nội dung của bài đọc, trả lời các câu hỏi sau đây.
（請閱讀課文內容，並回答下列問題。）

1) Các loại hình dịch vụ trở nên đa dạng từ khi nào?

2) Loại hình dịch vụ gì phổ biến ở cả thành thị lẫn nông thôn?

3) Có những loại hình dịch vụ cơ bản nào?

4) Nhiều người thích chi tiền vào loại hình dịch vụ nào?

5) Trước đây, người dân đi mua thức ăn ở đâu?

6) Bây giờ, tại sao nhiều người thích mua đồ ở siêu thị?

7) Ở đâu có nhiều cửa hàng tiện lợi?

8) Giờ mở cửa của các cửa hàng tiện lợi là từ mấy giờ đến mấy giờ?

Từ mới 生詞			▶MP3-5.2
phát triển	發展	đời sống	生活
dịch vụ	服務	cải thiện	改善
đa dạng	多樣、多樣化的	sẵn sàng	準備好、樂意
đáp ứng	滿足	giải trí	娛樂
nhu cầu	需求	chợ truyền thống	傳統市場
thiết yếu	必需、必要	siêu thị	超市
cơ bản	基本	phong phú	豐富
ăn uống	飲食	giá cả phải chăng	價格合理
cắt tóc	理髮	bận rộn	忙碌
sửa chữa	修理	cửa hàng tiện lợi	便利商店
hàng dân dụng	民生用品、家電	mọc lên	拔地而起、長出
phổ biến	普遍	khắp nơi	各地、遍地
thành thị	城市	phục vụ	服務
nông thôn	農村、鄉村	khách hàng	顧客
chi ra	支出	vị trí	位置、地點
chục	十	thuận lợi	順利
sắc đẹp	美容、容貌	ưa chuộng	歡迎

Ngữ pháp 文法

1. cả A lẫn/ và B: **cấu trúc dùng cả trong văn viết và văn nói, để nhấn mạnh sự quan trọng của cả A và B là như nhau.**

（**cả A lẫn/ và B**：用於口語及書面之文法，強調 A 與 B 重要性相當，意即「A 和 B 都」。）

> **cả A lẫn/ và B**

Ví dụ

- **Cả** mẹ **và** tôi đều không thích đi xem phim. Chúng tôi thích đi nghỉ mát.

  我和媽媽都不喜歡看電影。我們喜歡去度假。

- **Cả** cửa hàng 7-Eleven **lẫn** FamilyMart đều không bán thuốc. Chúng ta đi hiệu thuốc đi.

  7-Eleven 和全家都沒有賣藥。我們去藥局吧。

2. loại: **danh từ, dùng để chỉ ra tập hợp người/vật/ hiện tượng có chung một đặc tính như: loại hình dịch vụ, loại sách, loại màu sắc…**

（**loại**：名詞，指一組具有共同特性的人、事物、或現象，例如：服務類型、書的種類、顏色種類，意即「種、種類」。）

- Tiệm bánh này có bán nhiều **loại** bánh nhập khẩu từ nước ngoài.

  這間糕餅店有賣很多種從國外進口的餅乾。

- Trên đời này **loại** người nào cũng có.

  這世上什麼樣的人都有。

3. **cho dù/ dù …đi chăng nữa thì…**: cấu trúc dùng để khẳng định "trong bất cứ hoàn cảnh nào thì cũng vẫn vậy, không thay đổi".
（**cho dù/ dù...đi chăng nữa thì...**：此文法用來強調「無論在任何情況下都是如此，不會改變」，意即「無論／儘管……還是……」。）

> cho dù/ dù A đi chăng nữa thì B

Ví dụ

- **Cho dù** cuộc sống có đổi thay **đi chăng nữa thì** gia đình vẫn là quan trọng nhất.
  儘管生活有所改變，家庭還是最重要的。

- **Dù** sống ở đâu **đi chăng nữa thì** tôi vẫn nhớ về quê hương.
  不論我在哪裡生活，我都還是會想念家鄉。

4. **Khi/ khi mà…thì**: dùng để nối hai mệnh đề có quan hệ điều kiện - kết quả. A là điều kiện. B là kết quả.
（**Khi/ khi mà...thì**：用於連結 2 個有「條件－結果」關係的子句。A 為條件，B 為結果，意即「當……（之後），……」。）

Ví dụ

- **Khi mà** cuộc sống được cải thiện **thì** mọi người thích đi du lịch.
  當生活條件改善之後，人們就開始喜歡旅遊。

- **Khi** về nông thôn Việt Nam **thì** mới hiểu được sinh hoạt của họ.
  回到越南農村，才了解到他們的生活。

Luyện nói 口說練習

Hãy dùng tên các cửa hàng cho sẵn để hoàn thành mẫu hội thoại sau.

（請用下方的商店名稱，完成以下的對話。）

hiệu thuốc	tiệm cắt tóc
rạp chiếu phim	tiệm may áo dài

1) A: Mẹ ơi, con bị ho rồi.

   B: Vậy mẹ đi _____, mua thuốc cho con nhé?

2) A: Chúng mình vừa thi xong giữa kỳ. Mình muốn đi xem phim. Đi đâu được nhỉ?

   B: Vậy thì đi _____ ở gần tòa nhà 101 nhé?

3) A: Tóc mình dài quá nhưng làm sao để nói cho thợ cắt tóc hiểu đây?

   B: Vậy thì để tôi dẫn bạn tới _____ ở bên kia đường nhé.

4) A: Mình muốn may một chiếc áo dài để mặc trong các hoạt động giới thiệu văn hóa Việt Nam tại Đài Loan.

   B: Thế thì tôi dẫn bạn đến _____ ở Đài Bắc nhé. Cô chủ tiệm người Việt Nam đấy, may đẹp lắm.

Luyện nghe 聽力練習 ▶MP3-5.3

Hãy nghe nội dung đoạn văn và lựa chọn đáp án đúng nhất.

（請聆聽文章內容，並選出最正確的答案。）

1)

☐ A. 30 đồng Đài tệ   ☐ B. 100 đồng Đài tệ

☐ C. 200 đồng Đài tệ   ☐ D. miễn phí

2)

☐ A. nạp tiền vào thẻ từ hải ngoại   ☐ B. sử dụng các loại dịch vụ tại nước khác

☐ C. mua đồ tại nước ngoài   ☐ D. sử dụng các loại dịch vụ hàng ngày tại Đài Loan

3)

☐ A. dùng phương tiện giao thông   ☐ B. mua đồ ở cửa hàng tiện lợi

☐ C. mua đồ ở siêu thị   ☐ D. thuê nhà

Ngữ vựng 詞彙運用

1. Hãy tìm từ thích hợp để điền vào chỗ trống.

（請將適當詞語填入下方空格。）

phát triển	nhu cầu	ưa chuộng	tiện lợi
phổ biến	thiết yếu	đời sống	lựa chọn
song phương	cải thiện	hưởng thụ	chất lượng

1) Ngành du lịch Việt Nam ngày càng _____ .

2) Cháu có thể _____ mua chiếc áo màu xanh hay màu vàng, đều rất hợp với cháu.

3) _____ của người dân Việt Nam ngày càng tốt.

4) Thuốc là mặt hàng _____ .

5) 7-Eleven và Familymart là loại hình cửa hàng _____ .

6) Internet _____ ở nhiều quốc gia trên thế giới.

7) Trà sữa trân châu được _____ ở Đài Loan.

8) _____ ăn ngon mặc đẹp của người dân ngày càng cao.

9) Những phương pháp để _____ việc học ngoại ngữ.

10) Đài Loan và Việt Nam có mối quan hệ _____ .

11) Nhiều người chưa làm đã muốn _____ .

12) _____ thực phẩm rất quan trọng đối với sức khỏe.

2. Hãy dựa vào nội dung của bài đọc, tìm từ gần nghĩa nhất để thay thế vào các từ gạch chân.

（請根據課文內容，勾選與劃線詞語意義最相近的詞彙。）

1) ***Song song với*** sự phát triển của kinh tế Việt Nam, nhiều loại hình dịch vụ cũng trở nên đa dạng hơn.

   ☐ A. đồng thời   ☐ B. đi cùng với

   ☐ C. thời đại   ☐ D. thời gian

2) Các loại hình dịch vụ trở nên đa dạng để đáp ứng nhu cầu ***thiết yếu*** của người dân.

   ☐ A. mong đợi   ☐ B. mong muốn

   ☐ C. cần đến   ☐ D. cần thiết

3) Các dịch vụ cơ bản như: ăn uống, internet, cắt tóc, sửa chữa hàng dân dụng…đều ***phổ biến*** ở cả thành thị lẫn nông thôn.

   ☐ A. thường thấy   ☐ B. thường mua

   ☐ C. thường bán   ☐ D. thường xuyên

4) Khi mà đời sống được ***cải thiện*** thì người ta sẵn sàng chi vài chục triệu đồng để hưởng cái triển vụ cao cấp.

   ☐ A. nâng cao   ☐ B. văn minh

   ☐ C. tiên tiến   ☐ D. tiến bộ

5) Nhiều gia đình thích mua đồ ở siêu thị vì mặt hàng ở đây ***phong phú*** hơn.

   ☐ A. đa dạng   ☐ B. đa cấp

   ☐ C. đa phần   ☐ D. đa số

6) Cuộc sống ngày càng bận rộn, cửa hàng ***tiện lợi*** mọc lên ở khắp nơi.

   ☐ A. tiện nghi   ☐ B. tiện ích

   ☐ C. lợi ích   ☐ D. lợi nhuận

7) Dù là dịch vụ nào đi chăng nữa thì chất lượng phải luôn được chú ý đến, như thế mới được khách hàng ***ưa chuộng***.

   ☐ A. ưa dùng   ☐ B. ưa thích

   ☐ C. đón nhận   ☐ D. Cả A,B,C

Luyện viết 寫作練習

1. Hãy dùng cấu trúc "cả...và/ lẫn" để viết câu trả lời.
（請用「**cả...và/ lẫn**」回答下列問題。）

VD. A: Em thích học môn tiếng Anh hay tiếng Việt?
→ Em thích học cả môn tiếng Anh và tiếng Việt.

1) Em thích xem phim Hàn Quốc hay Trung Quốc?

_____

2) Em từng dùng điện thoại của hãng nào?

_____

3) Hè này, em thích đi du lịch Hoa Liên hay Nghi Lan?

_____

4) Em muốn uống cà phê hay trà?

_____

5) Cậu đã thường chơi những môn thể thao nào?

_____

6) Thành phố nào ở Việt Nam có đầy đủ các loại hình dịch vụ?

_____

7) Em nói được những loại ngoại ngữ nào?

_____

8) Ở Đài Loan, loại dịch vụ nào đang được giới trẻ ưa chuộng?

_____

2. Hãy dùng cấu trúc câu "Dù ...đi chăng nữa thì..." để biến đổi các câu sau (có thể thêm bớt vài từ).

（請用「**Dù ...đi chăng nữa thì...**」改寫下列各句。可視情況增加或刪減一些字詞。）

VD. Người Việt Nam vẫn về quê ăn Tết dù ở đâu.

→ Dù ở đâu đi chăng nữa thì người Việt Nam vẫn về quê ăn Tết.

1) Phải có trách nhiệm dù làm công việc gì.

_____

2) Tôi không cảm thấy ngon miệng dù có ăn gì.

_____

3) Chúng tôi không tin dù hắn nói gì.

_____

4) Em ấy không tăng cân dù có ăn nhiều đến thế nào.

_____

5) Cô ấy không vui dù tôi có nói thế nào.

_____

6) Mối quan hệ giữa bố mẹ và con cái không thay đổi dù ở thời đại nào.

_____

7) Nói tốt tiếng Anh không sợ giao tiếp với người nước ngoài dù sống ở đâu.

_____

8) Cô ấy vẫn không đẹp dù có mặc quần áo thật đẹp.

_____

3. **Hãy dùng cấu trúc "Khi mà/ khi...thì" để hoàn các mẫu đối thoại sau đây.**

（請用「**Khi mà/ khi...thì**」完成以下對話。）

VD. Khi mà trở thành mẹ _____

→ Khi mà trở thành mẹ thì tôi cảm thấy mình sống có trách nhiệm hơn.

1) Khi nói được tiếng Việt thành thạo thì _____

2) Khi tôi kiếm được thật nhiều tiền thì _____

3) Khi mà quá áp lực thì tôi _____

4) Khi hiểu về văn hóa Việt Nam thì _____

5) Khi biết bạn ấy có người yêu rồi thì _____

6) Khi mà tôi cô đơn thì _____

7) Khi gửi email cho cô giáo để xin nghỉ học một hôm thì _____

8) Khi mà bạn rời xa gia đình, rời xa nơi sinh ra và lớn lên thì _____

4. **Hãy đặt câu với các từ cho sẵn sau đây.**

（請用下列詞語及文法造句。）

(1) cả A lẫn/ và B, (2) cho dù…đi chăng nữa thì…, (3) khi mà…thì…,

(4) thiết yếu, (5) đáp ứng, (6) sửa chữa, (7) ưa chuộng, (8) hưởng thụ,

(9) giá cả phải chăng, (10) mọc lên

_____

_____

_____

_____

_____

_____

_____

_____

_____

_____

_____

_____

_____

_____

_____

5. Bài tập đánh máy: Hãy giới thiệu các loại hình dịch vụ ở Đài Loan.

（打字練習：請介紹臺灣各種類型的服務。）

Bài đọc thêm 補充閱讀

Năm 2022, khi mà các nền kinh tế trên thế giới bị chững lại hoặc đi xuống thời kỳ hậu Covid-19 thì tốc độ tăng trưởng GDP của Việt Nam ở mức 8.02 %, con số lập kỷ lục kể từ sau cuộc khủng hoảng tài chính châu Á 1997. Trước đây, nền kinh tế của Việt Nam chỉ tập trung xuất khẩu dầu thô, cà phê và lúa gạo. Ngày nay, quốc gia hình chữ S này đã và đang chuyển mình mạnh mẽ sang hướng phát triển đa ngành nghề, đa dịch vụ, xây dựng các cụm công nghiệp trọng điểm, tham gia nhiều thỏa thuận thương mại tự do, v.v…Việt Nam trở thành cái tên thu hút nhiều công ty lớn trên khắp thế giới muốn mở rộng hoạt động kinh doanh tại đây. Ngoài điều kiện khách quan như nguồn lực dồi dào và vị trí địa chiến lược, thì phải kể đến những chính sách hợp lý do nhà nước ban hành nhằm ổn định hóa thị trường và khuyến khích đầu tư, đó là bài toán của hội nhập kinh tế toàn cầu.

Tuy nhiên, chế biến và chế tạo mới chỉ dừng lại ở gia công, không thể gia tăng giá trị khi lợi thế về lao động giá rẻ sẽ sớm bị thay thế do tác động của cuộc cách mạng công nghiệp 4.0. Tài nguyên thì ngày càng cạn kiệt. Nông nghiệp thì đứng trước nhiều rủi ro do tác động của thiên tai và biến đổi khí hậu. Vì thế, Chính phủ cần phải đưa ra những chính sách phù hợp để ứng biến với những bất cập, biến động phức tạp từ yếu tố bên trong cũng như bên ngoài nước.

1. Hãy dựa vào nội dung của bài đọc, trả lời các câu hỏi sau đây.
（請根據文章內容，回答下列問題。）

1) Thời kỳ hậu Covid-19, tình hình kinh tế của các nước trên thế giới ra sao?

   _____

2) Trước đây, Việt Nam thường xuất khẩu những mặt hàng nào?

   _____

3) Ngày nay, nền kinh tế của Việt Nam chuyển hướng sang những ngành nghề nào?

   _____

4) Tại sao nhiều công ty lớn để ý tới Việt Nam?

   _____

5) Hãy nêu những điều kiện khách quan đã đưa nền kinh tế Việt Nam đi lên.

   _____

   _____

6) Vai trò của nhà nước trong quá trình đưa Việt Nam hội nhập vào nền kinh tế toàn cầu?

   _____

7) Chế biến và chế tạo của Việt Nam như thế nào?

   _____

8) Cái gì có thể bị thay thế bởi cuộc cách mạng công nghiệp 4.0?

   _____

9) Yếu tố nào gây tác động tiêu cực đến nông nghiệp Việt Nam?

_____

10) Vai trò của Chính phủ trước những ứng biến tiêu tực từ trong và ngoài nước?

_____

2. Hãy chọn một đáp án đúng nhất theo nội dung của bài đọc.
（請根據文章內容，勾選最正確的答案。）

1) Năm 2022, tốc độ tăng trưởng GDP của Việt Nam...
   ☐ A. chậm hơn so với những năm trước đó
   ☐ B. chững lại so với những năm trước đó
   ☐ C. xấu hơn so với những năm trước đó
   ☐ D. tốt hơn so với những năm trước đó

2) Yếu tố khách quan nào giúp cho nền kinh tế Việt Nam gặp nhiều thuận lợi?
   ☐ A. ổn định hóa thị trường
   ☐ B. hội nhập toàn cầu
   ☐ C. khuyến khích đầu tư
   ☐ D. vị trí địa chiến lược

3) Yếu tố nào dưới đây gây lo ngại cho nền kinh tế Việt Nam?
   ☐ A. biến đổi khí hậu
   ☐ B. gia công giá rẻ
   ☐ C. ổn định thị trường
   ☐ D. vị trí chiến lược

4) Theo ý kiến cá nhân của em, Việt Nam đang là nền kinh tế gì?
   ☐ A. chưa phát triển
   ☐ B. đã phát triển
   ☐ C. đang phát triển
   ☐ D. phát triển chậm

Bài 6
Giao thông

交通

108

Ý kiến cá nhân 個人意見

1. *Hãy so sánh những ưu và nhược điểm khi sử dụng các phương tiện giao thông: xe đạp, xe máy, ô tô, tắc xi, xe buýt, tàu điện ngầm, tàu hỏa, máy bay.*
2. *Hãy chia sẻ về tình hình giao thông ở Đài Loan. Có sự khác biệt nào giữa tình hình sử dụng phương tiện giao thông ở Đài Bắc, Đài Trung và Cao Hùng?*

Bài Đọc 課文   ▶MP3-6.1

Nếu ai đã từng đến Đài Loan thì sẽ rất ngạc nhiên, vì sao phương tiện giao thông ở đây chủ yếu là xe máy nhưng lại ít khi xảy ra tình trạng tắc đường. Ở Việt Nam, đặc biệt là các thành phố lớn, khi mà nền kinh tế càng phát triển thì dẫn đến nhiều ngành nghề, lĩnh vực khác cũng phát triển theo. Người dân từ các vùng nông thôn đổ về Thủ đô Hà Nội và Thành phố Hồ Chí Minh ngày một đông ***đưa đến*** tình trạng kẹt xe. ***Vấn nạn*** giao thông tại hai thành phố này cần được quan tâm và tìm cách giải quyết.

Các con đường trong thành phố lớn luôn đông người với đa dạng các loại xe như: tắc xi, ô tô, xe buýt, xe máy, xe đạp…***khiến cho*** tình trạng tắc đường càng trở nên nghiêm trọng hơn, nhất là vào giờ cao điểm. Chính phủ đã đề xuất nhiều giải pháp khác nhau như: mở thêm các tuyến đường mới, phạt thật nặng người vi phạm luật giao thông, quy định lại giờ làm việc và giờ học nhằm cải thiện tình hình nhưng không mấy khả quan.

Giao thông chỉ thay đổi khi toàn dân cùng hành động. Gần đây, Chính phủ đã ***đưa ra*** nhiều quy định mới phù hợp hơn. Cảnh sát giao thông làm việc ***một cách*** tích cực hơn so với trước đây. Người dân chấp hành luật giao thông ***một cách*** nghiêm túc hơn. Giao thông Việt Nam đang tốt lên từng ngày để xứng tầm với tiến độ phát triển của nền kinh tế đất nước.

Đọc hiểu 課文理解

1. Hãy dựa vào nội dung của bài đọc, trả lời các câu hỏi sau đây.
（請閱讀課文內容，並回答下列問題。）

1) Điều gì làm du khách thấy ngạc nhiên khi tới Đài Loan?

2) Khi nền kinh tế càng phát triển thì _____

3) Ở Việt Nam, hiện tượng tắc đường chủ yếu xảy ra ở thành phố nào?

4) Cái gì cần được quan tâm và tìm cách giải quyết?

5) Điều gì đã khiến cho tình trạng giao thông trở nên nghiêm trọng?

6) Các thành phố lớn thường tắc đường vào lúc nào?

7) Chính phủ đã đề xuất những giải pháp nào nhằm cải thiện tình trạng giao thông?

8) Giao thông chỉ thay đổi khi _____

9) Hiện nay, giao thông Việt Nam trở nên tốt hơn hay xấu đi?

2. Hãy chọn một đáp án đúng nhất theo nội dung của bài đọc.
（請依照課文內容，勾選正確答案。）

1) Hãy đặt tiêu đề cho nội dung của cả đoạn văn trên.

☐ A. Tình hình giao thông ở Đài Loan

☐ B. Tình hình giao thông ở Việt Nam

☐ C. Tình hình giao thông ở Hà Nội

☐ D. Tình hình giao thông ở Thành phố Hồ Chí Minh

2) Cái gì **KHÔNG** được đề cập trong đoạn văn thứ nhất?

☐ A. Giới thiệu về giao thông ở Đài Loan

☐ B. Tình hình giao thông ở Việt Nam

☐ C. Vấn nạn giao thông ở Việt Nam

☐ D. Các loại hình kinh tế của Việt Nam

3) Nội dung chính của đoạn văn thứ hai viết về?

☐ A. Tình hình giao thông ở Việt Nam và những đề xuất

☐ B. Thành phố có nhiều người

☐ C. Kẹt xe vào giờ cao điểm

☐ D. Các tuyến đường mới

4) Cái gì **KHÔNG** được đề cập đến trong đoạn văn thứ ba?

☐ A. Cảnh sát giao thông làm việc tích cực hơn

☐ B. Khi mọi người cùng hành động thì giao thông được cải thiện

☐ C. Mọi người đều tuân thủ pháp luật hiện hành

☐ D. Giao thông Việt Nam đang tốt lên từng ngày

Từ mới 生詞   ▶MP3-6.2

ngạc nhiên	驚訝	vi phạm	違反
phương tiện giao thông	交通工具	tình hình	情形、局勢
tình trạng	狀況、情況	khả quan	好的、良好的
tắc đường/ kẹt xe	塞車	hành động	行動、行為
ngành nghề	職業、行業	cảnh sát	警察
đông người	多人、人多	chấp hành	遵守
tắc xi	計程車	nghiêm túc	嚴格
giờ cao điểm	尖峰時段	xứng tầm	跟得上……的水準
tuyến đường	路線	tiến độ	進度
phạt	罰		

Ngữ pháp 文法

1. Vấn nạn và vấn đề: đều để biểu thị ý "cần phải xem xét và giải quyết". Tuy nhiên, **vấn nạn** bao hàm nghĩa của từ **vấn đề** nhưng mang tính xã hội và cần được giải quyết một cách cấp bách.

（**vấn nạn** 和 **vấn đề**：「**vấn nạn**」的古漢字為「問難」，「**vấn đề**」的古漢字則為「問題」。兩者皆有「需要考慮及解決」的含義。然而「**vấn nạn**」的詞意包含「**vấn đề**」在內，但「**vấn nạn**」帶有「具社會性、更急切需要被解決」這層意思。）

Ví dụ

- Các vấn **đề về** học tập
「一些學習（課業）的問題」

- **Vấn nạn** xã hội mới nhất hiện nay
「現在最新的社會問題」

- **Vấn nạn** tham nhũng
「貪腐問題」

- Nếu các em có **vấn đề** gì liên quan đến việc học tập thì có thể hỏi cô giáo hoặc trợ giảng ở khoa mình.
如果你們有課業上的問題，可以問我們系上的老師或助教。

- Trong xã hội của chúng ta vẫn còn nhiều **vấn nạn** cần giải quyết một cách triệt để.
我們的社會還有許多問題需要徹底解決。

2. dẫn đến/ đưa đến: dùng để biểu thị mối quan hệ "nguyên nhân- kết quả" (nguyên nhân do hành động hay sự việc dẫn đến kết quả).

（**A dẫn đến/ đưa đến B**：用於表示「原因－結果」關係，而當中的「原因」，是因為行為或事件而導致的「結果」，意即「導致」。）

A + dẫn đến/ đưa đến + B

> **A** = 動作／事情／事件；**B** = 結果

Ví dụ

- Dân số đông **dẫn đến** tình trạng thất nghiệp, thiếu việc làm.
  人口眾多導致失業和工作機會不足的情況。

- Chiến tranh Nam - Bắc Việt Nam **đưa đến** việc chia cắt hai miền trong hơn 20 năm.
  越戰導致南北越超過 20 年的分裂。

3. **làm cho/ khiến cho: biểu thị mối quan hệ nguyên nhân – kết quả. Trong đó A là nguyên nhân do ai/ hành động gì/ cái gì gây nên; B là kết quả.**
   （**làm cho/ khiến cho**：用於表示「原因－結果」這樣的因果關係。其中，A 是原因，指由「某人、某種行為、事情」所造成，而 B 則為結果。意即「導致／讓……」）

> **A + làm cho/ khiến cho + B**
> **A:** 人／動作／事件／事情
> **B:** 結果（人／什麼）

Ví dụ

- Lời nói của cô ta **làm cho** tôi cảm thấy rất buồn.
  他所說的話讓我覺得很難過。

- Thái độ làm việc thiếu trách nhiệm **khiến cho** giám đốc không còn tin anh ta nữa.
  不負責任的工作態度導致經理不再信任他。

4. một cách: trạng từ, dùng để kết hợp với tính từ nhằm nhấn mạnh tình trạng, tính chất, sắc thái của tính từ đó. "một cách" kết hợp với tính từ có hai âm tiết trở lên.

（một cách：副詞，用於與形容詞結合，以強調那個形容詞的情況、性質、態度，意思類似「以……態度或方式做某件事」。một cách 須與雙音節以上之形容詞搭配使用。）

một cách + 雙音節以上形容詞

Ví dụ

- Hãy để chúng tôi sống **một cách** vui vẻ và hạnh phúc nhất.
  請讓我們過一個最快樂幸福的生活。

- Sinh viên của tôi luôn học tập **một cách** chăm chỉ.
  我的學生一直都很用功讀書。

Luyện nói 口說練習

Theo mẫu, luyện nói theo cặp, hãy phát triển mẫu hội thoại trong những tình huống có liên quan tới giao thông.

（請依照範例，兩人一組練習會話，並請用與交通有關之情境來展開對話。）

VD. A: Nếu kẹt xe thì chúng ta phải làm thế nào để đến được đám cưới, An?

→ B: Nếu kẹt xe thì chúng ta đi tàu điện ngầm đến đám cưới.

1) Nếu bạn phải lái xe hơi đưa cả gia đình về quê thăm ông bà, bạn cần làm những gì?

_____

2) Khi bạn đang điều khiển phương tiện giao thông trên đường thì bị cảnh sát gọi bạn dừng lại. Bạn sẽ làm gì?

_____

3) Vào ngày trời mưa bão lớn nhưng bạn có cuộc hẹn quan trọng, bạn sẽ làm gì?

_____

4) Xe của bạn bị hỏng khi bạn đang đi trên núi, bạn sẽ làm gì?

_____

▶MP3-6.3

Luyện nghe 聽力練習

Hãy nghe nội dung của đoạn văn và lựa chọn đáp án đúng nhất.
（請聆聽文章內容，並選出最正確的答案。）

1)

☐ A. tai nạn máy bay   ☐ B. tai nạn đường sắt

☐ C. tai nạn giao thông   ☐ D. tai nạn lao động

2)

☐ A. 2   ☐ B. 3

☐ C. 4   ☐ D. 5

3)

☐ A. không chú ý đến xe chạy   ☐ B. không giữ khoảng cách với
    trước   xe chạy trước

☐ C. vượt đèn đỏ   ☐ D. uống rượu bia trước khi
                                         chạy xe

Ngữ vựng 詞彙運用

1. Hãy tìm từ thích hợp để điền vào chỗ trống.

（請將適當詞語填入下方空格。）

ngạc nhiên	xứng tầm	kẹt xe	vi phạm
chủ yếu	hành động	đổ về	giờ cao điểm

1) Gặp lại sau 20 năm, tôi rất _____ về sự thay đổi của cô ấy.

2) Tại Hà Nội, vào những _____ thì thường xảy ra tình trạng kẹt xe.

3) Nhiều nơi ở Hà Nội bị _____ sau 3 ngày nghỉ lễ.

4) Nếu _____ luật giao thông thì bạn bị phạt tiền.

5) Vào giờ học tiếng Việt, để nâng cao trình độ ngôn ngữ, sinh viên _____ nói tiếng Việt.

6) Theo chỉ thị của Thủ tướng, phát triển du lịch phải _____ với giá trị của văn hóa thủ đô.

7) Mọi người từ khắp nơi trên thế giới _____ Nga để xem giải bóng đá World Cup 2018.

8) Hãy suy nghĩ kỹ trước khi _____ bạn nhé!

2. Hãy dựa vào nội dung bài đọc, tìm từ gần nghĩa nhất để thay thế vào từ gạch chân.

（請根據課文內容，勾選與劃線詞語意義相近的詞彙。）

1) Khi nền kinh tế càng phát triển **_dẫn đến_** nhiều ngành nghề, lĩnh vực khác cũng phát triển theo.

　　☐ A. gây nên　　　　☐ B. gây ra

　　☐ C. đưa đến　　　　☐ D. đưa vào

2) Người dân đến **_ngày một_** đông đưa đến tình trạng kẹt xe.

　　☐ A. càng ngày　　　☐ B. ngày càng

　　☐ C. càng ngày càng　☐ D. đáp án B và C đúng

3) Vấn nạn giao thông tại hai thành phố này cần được ***quan tâm*** và tìm cách giải quyết.

   ☐ A. chăm sóc   ☐ B. trông nom

   ☐ C. cẩn thận   ☐ D. chú ý

4) Chính phủ đã ***đề xuất*** nhiều giải pháp khác nhau để giải quyết vấn đề kẹt xe.

   ☐ A. đưa thêm   ☐ B. đưa đón

   ☐ C. đưa đến   ☐ D. đưa ra

5) Người dân ***chấp hành*** luật giao thông một cách nghiêm túc hơn.

   ☐ A. thực hành   ☐ B. thực hiện

   ☐ C. thực tế   ☐ D. thực tại

6) Giao thông Việt Nam đang tốt lên ***từng ngày*** để phục vụ đời sống của nhân dân.

   ☐ A. ngày một   ☐ B. mỗi ngày

   ☐ C. hàng ngày   ☐ D. hằng ngày

Luyện viết 寫作練習

1. **Hãy lựa chọn dẫn đến/ đưa đến/ làm cho/ khiến cho để điền vào chỗ trống.**

   （請用 **dẫn đến/ đưa đến/ làm cho/ khiến cho** 來填入下方空格。）

   1) Lối nhỏ kia sẽ _____ nơi mà bạn đang cần tìm.

   2) Anh ta luôn biết cách _____ người khác thấy vui.

   3) Áp lực công việc _____ cô ấy trở nên khó chịu.

   4) Nhiều tiền không _____ bạn hạnh phúc.

   5) Béo phì là nguyên nhân _____ nhiều bệnh nguy hiểm.

   6) Quyết định đúng đắn _____ một tương lai tươi sáng.

   7) Điện đã được _____ cho người dân vùng núi cao của tỉnh Lạng Sơn.

   8) Sai lầm _____ hậu quả không hay.

2. **Hãy dùng "một cách + tính từ" để hoàn thành câu.**

   （請用「**một cách** ＋形容詞」完成句子。）

   1) Em ấy trả lời câu hỏi _____
      nên em ấy được điểm cao.

   2) Khi tôi đến thăm nhà một người bạn Việt Nam, chúng tôi được đón tiếp _____

   3) Ở các nước tiên tiến, có nhiều loại phương tiện giao thông giúp chúng ta di chuyển _____

   4) Cô ấy trình bày vấn đề _____,
      ai nghe xong cũng hiểu hết.

   5) Sếp thích thể hiện bản thân _____
      trước mặt nhân viên, ai cũng sợ sếp.

   6) Đừng lo lắng quá! Vấn đề này có thể xử lý _____
      để mọi người yên tâm làm việc.

3. Hãy đặt câu với các từ cho sẵn.

（請用下列詞語及文法造句。）

(1) vấn nạn, (2) dẫn đến, (3) đưa đến, (4) làm cho,

(5) khiến cho, (6) một cách + tính từ ghép, (7) kẹt xe, (8) đông người

_____

_____

_____

_____

_____

_____

4. Bài tập đánh máy: Hãy viết một đoạn văn ngắn giới thiệu về tình hình giao thông ở Đài Loan.

（打字練習：請寫一則短文介紹臺灣的交通。）

Việt Nam nằm ở phía Đông của bán đảo Đông Dương, có hình chữ S, phía Bắc tiếp giáp với Trung Quốc, phía Tây giáp Lào và Cạmpuchia, phía Tây Nam giáp vịnh Thái Lan, phía Đông và phía Nam trông ra biển. Việt Nam có dân số ước tính 99,46 triệu người vào năm 2022, là quốc gia đông dân thứ 15 trên thế giới và là quốc gia đông dân thứ 8 của châu Á. Thủ đô là thành phố Hà Nội kể từ năm 1976, Hồ Chí Minh là thành phố đông dân nhất cả nước.

Việt Nam có địa hình đa dạng bao gồm: đồi núi, đồng bằng, bờ biển và thềm lục địa. Đồi núi chiếm tới 3/4 diện tích lãnh thổ nhưng chủ yếu là đồi núi thấp. Đồng bằng chỉ chiếm 1/4 diện tích trên đất liền và bị đồi núi ngăn cách thành nhiều khu vực. Ở hai đầu đất nước có hai đồng bằng rộng lớn và phì nhiêu, là đồng bằng Bắc bộ thuộc lưu vực sông Hồng và đồng bằng Nam bộ thuộc lưu vực sông Mê Kông.

Giao thông vận tải bao gồm: đường sắt, đường bộ, đường sông, đường biển và đường hàng không. Quốc lộ 1A là tuyến đường xuyên suốt Việt Nam với tổng chiều dài là 2.360 km. Tuyến đường biển quan trọng nhất là tuyến Hải Phòng - Sài Gòn và có cả nhiều tuyến đường biển nối Việt Nam với các quốc gia khác. Hiện nay, Việt Nam có rất nhiều sân bay trải dài từ Bắc tới Nam, hai sân bay quan trọng nhất là sân bay Nội Bài ở Thủ đô Hà Nội, và sân bay Tân Sơn Nhất ở Thành phố Hồ Chí Minh.

1. Hãy dựa vào nội dung của bài đọc để trả lời các câu hỏi sau.
（請根據文章內容回答下列問題。）

1) Việt Nam nằm ở khu vực nào?

_____

2) Việt Nam có hình dạng như thế nào?

_____

3) Lãnh thổ Việt Nam giáp với những quốc gia nào?

_____

4) Dân số Việt Nam năm 2022 là bao nhiêu?

_____

5) Dân số Việt Nam đông dân thứ mấy trên thế giới?

_____

6) Dân số Việt Nam đông dân thứ mấy ở châu Á?

_____

7) Thành phố nào đông dân nhất Việt Nam?

_____

8) Địa hình của Việt Nam bao gồm những gì?

_____

9) Đồi núi của Việt Nam như thế nào?

_____

10) Đồng bằng Nam bộ thuộc lưu vực sông nào?

_____

11) Giao thông vận tải Việt Nam bao gồm những gì?

_____

12) Tuyến đường biển nào quan trọng nhất Việt Nam?

_____

2. Hãy chọn một đáp án đúng nhất theo nội dung của bài đọc.

（請根據文章內容，勾選最正確的答案。）

1) Nội dung chính của đoạn thứ nhất viết về?

□ A. vị trí địa lý của Việt Nam

□ B. vị trí địa lý của Hà Nội

□ C. vị trí địa lý của Thành phố Hồ Chí Minh

□ D. vị trí địa lý của thành phố Hải Phòng

2) Nội dung chính của đoạn thứ hai viết về?

□ A. địa hình đồi núi

□ B. địa hình Bắc bộ

□ C. địa hình Nam bộ

□ D. địa hình Việt Nam

3) Nội dung chính của đoạn thứ ba viết về?

□ A. sân bay Việt Nam

□ B. Việt Nam có quốc lộ xuyên Việt

□ C. giao thông của Việt Nam

□ D. sân bay Nội Bài của thủ đô Hà Nội

4) Đồi núi Việt Nam có diện tích là:

□ A. bằng 1/4 lãnh thổ Việt Nam

□ B. bằng 1/3 lãnh thổ Việt Nam

□ C. bằng 1/2 lãnh thổ Việt Nam

□ D. bằng 3/4 lãnh thổ Việt Nam

Bài 7
Thể thao

體育

Ý kiến cá nhân 個人意見

1. *Trong những môn thể thao bên dưới, hãy đánh dấu ✓ vào những môn thể thao mà bạn ưa thích.* (請勾選以下你喜愛的運動項目。)

☐ đi bộ   ☐ bơi lội   ☐ bóng bàn

☐ bóng chuyền   ☐ chơi gôn (golf)   ☐ quần vợt

☐ bóng rổ   ☐ cầu lông   ☐ bóng đá

2. *Bạn yêu thích môn thể thao nào nhất? Theo bạn, thể thao có ảnh hưởng như thế nào tới sức khỏe của con người?*

3. *Ở Đài Loan, môn thể thao nào là phổ biến nhất? Hãy giải thích tại sao.*

Bài Đọc 課文   ▶MP3-7.1

Nền thể thao Việt Nam đang nỗ lực từng bước để khẳng định vị trí của mình với cả châu lục và thế giới. Bóng đá là môn thể thao được ưa thích nhất ở Việt Nam. Chẳng vậy mà nhiều tờ báo Mỹ đã đưa Việt Nam vào top 10 nước *cuồng* bóng đá nhất thế giới, chỉ sau Brazil, Đức, Tây Ban Nha và Anh.

Nếu Việt Nam có trận bóng quan trọng diễn ra, *thậm chí* nhiều cơ quan còn cho *toàn bộ* nhân viên nghỉ làm sớm để tham gia cổ vũ bóng đá. Sau mỗi trận thắng, cổ động viên *trở nên* cuồng nhiệt với cờ đỏ sao vàng, họ đổ ra đường để hòa mình vào không khí "Ngày chiến thắng" của Việt Nam. Khi đó, du khách nước ngoài chỉ biết thốt lên: "Trời ơi, *chỉ có* ở Việt Nam *mới* thể hiện tình yêu bóng đá như vậy thôi". Thầy Park Hang-Seo, huấn luyện viên người Hàn Quốc đã *trở thành* người hùng của bóng đá Việt khi dẫn dắt đội tuyển giành vị trí thứ 4 tại Asiad 2018. Họ đã viết nên lịch sử cho nền bóng đá Việt Nam nói riêng và cho *toàn thể* khối Đông Nam Á nói chung.

Tránh tuyệt đối những thực phẩm không tốt cho sức khỏe, kiên trì nâng cao thể lực, khắt khe trong rèn luyện, gắn kết tinh thần đồng đội chính là cuộc sống của mỗi vận động viên. Theo đó, hi vọng Việt Nam sẽ có những chiến lược phát triển đúng đắn  và đầu tư đúng mức để đưa nền thể thao ngày một vươn lên tầm cao mới.

Đọc hiểu 課文理解

1. Hãy dựa vào nội dung của bài đọc, trả lời các câu hỏi sau đây.
（請閱讀課文內容，回答下列問題。）

1) Nền thể thao Việt Nam khẳng định vị trí của mình với ai?

2) Môn thể thao nào được ưa thích ở Việt Nam?

3) Vị trí của nền bóng đá Việt Nam so với thế giới ra sao?

4) Hãy kể tên những nước yêu bóng đá nhất trên thế giới.

5) Nhân viên được làm gì nếu Việt Nam có trận bóng quan trọng diễn ra?

6) Khi trận thắng kết thúc, người Việt thường làm gì?

7) Du khách đánh giá như thế nào về tình yêu bóng đá của người Việt?

8) Gần đây, ai được xem là người hùng của bóng đá Việt Nam?

9) Mỗi người vận động viên cần làm gì để có thể lực tốt?

10) Theo em, để nền thể thao của một quốc gia trở nên vững mạnh thì quốc gia đó cần phải làm gì?

2. Hãy chọn một đáp án đúng nhất theo nội dung của bài đọc.
（請依照課文內容，勾選正確答案。）

1) Ý chính của bài đọc trên là:

☐ A. Nền thể thao Việt Nam

☐ B. Nền bóng đá Việt Nam

☐ C. Tình yêu bóng đá của người Việt

☐ D. Cuộc sống của mỗi người vận động viên

2) Câu nào **KHÔNG** phù hợp với nội dung của đoạn văn số 2?

☐ A. Không khí "ngày chiến thắng" sau mỗi trận bóng

☐ B. Người Việt cuồng nhiệt với bóng đá

☐ C. Du khách thích đến Việt Nam du lịch

☐ D. Đội tuyển bóng đá Việt Nam giành vị trí thứ 4 tại Asiad 2018

3) Câu nào **KHÔNG** phù hợp với nội dung của đoạn văn số 3?

☐ A. Mỗi người vận động viên cần phải tránh xa thực phẩm xấu

☐ B. Chiến lược phát triển của nền thể thao Việt Nam

☐ C. Mỗi người vận động viên cần phải kiên trì tập luyện và nâng cao tinh thần đồng đội.

☐ D. Muốn đất nước phát triển thì phải đầu tư vào bóng đá

4) Tìm định nghĩa đúng nhất cho từ "*cuồng*" trong đoạn văn trên.

☐ A. Yêu thích một cái gì đó đến mức không thể diễn tả bằng lời được.

☐ B. Say mê một cái gì đó đến mức không thể kiểm soát được cảm xúc.

☐ C. Thích một cái gì đó đến phát điên.

☐ D. Cả A/ B/ C đúng

Từ mới 生詞			▶MP3-7.2
thể thao	體育、運動	người hùng	英雄
khẳng định	肯定、確立	dẫn dắt	引領、帶領
châu lục	大洲和大陸	đội tuyển	正式隊伍、代表隊
trận	場	giành/ giành được	獲得、贏得
diễn ra	展開、上演	khối	聯盟
cổ vũ	加油、鼓舞	tránh	避免、遠離
cổ động viên	啦啦隊員	tuyệt đối	絕對
cuồng nhiệt	狂熱	khắt khe	嚴格
cờ đỏ	紅色國旗	rèn luyện	鍛鍊、訓練
sao vàng	黃色星星	tinh thần	精神
hòa mình	把自己融入	vận động viên	運動員、運動選手
thốt lên	驚呼	chiến lược	戰略
huấn luyện viên	教練	đúng đắn	正確

Ngữ pháp 文法

1. trở thành và trở nên: dùng để biểu thị sự biến đổi sang vai trò hay trạng thái khác.

（trở thành／trở nên：用來表示轉變成不同的角色或狀態，意即「變成」（**trở thành**）、「變得」（**trở nên**）。）

> **trở thành** ＋名詞
> **trở nên** ＋形容詞

Ví dụ

- Sau khi tốt nghiệp chuyên ngành Ngôn ngữ và Văn hóa Đông Nam Á, sinh viên mong muốn **trở thành** phiên dịch viên.
  學生從東南亞語言與文化專業領域畢業後，會希望成為翻譯人員。

- Sau kỳ nghỉ cùng gia đình, em ấy **trở nên** vui vẻ hơn.
  在和家人共度假期之後，他變得更開朗了。

2. chỉ/ chỉ có...mới: cấu trúc câu nhằm nhấn mạnh một điều kiện cần thiết để làm điều gì đó.

（chỉ/ chỉ có...mới：用來強調做某事的必要條件，意即「只有……才……」。）

> **chỉ/ chỉ có** ＋動詞／名詞／代詞＋ **mới** ＋動詞

Ví dụ

- **Chỉ** thực hành nói tiếng Việt hàng ngày **mới** tiến bộ được.
  只有每天實際說越南語，才能進步。

- **Chỉ có** mẹ tôi **mới** nấu ăn ngon đến như vậy.
  只有我媽媽才煮得這麼好吃。

3. thậm chí: phụ từ, từ để biểu thị trường hợp có mức độ không bình thường, dùng để nhấn mạnh hay làm nổi bật một điều gì đó. Từ "thậm chí" gần nghĩa với "ngay cả".

（**thậm chí**：副詞，用來表示程度異於平常的情況，用於強調或凸顯某件事情時。「**thậm chí**」與「**ngay cả**」為近義詞，意即「甚至連⋯⋯」。）

Ví dụ

- **Thậm chí** đến hàng xóm cũng ghét anh ta.
  甚至連鄰居都討厭他。

- Cô ấy yêu gia đình **thậm chí** còn hơn cả bản thân.
  他愛家庭，甚過愛自己。

4. toàn bộ và toàn thể: danh từ, dùng để biểu thị số lượng toàn bộ của một nhóm người/ vật/ hiện tượng. "toàn bộ" có thể kết hợp với mọi danh từ nhưng "toàn thể" chỉ có thể kết hợp với danh từ chỉ người.

（**toàn bộ** ／ **toàn thể**：名詞，用來表示人／事物／動物／現象的全部數量，意即「全部」（**toàn bộ**）、「全體」（**toàn thể**）。其中「**toàn bộ**」可以與所有類型的名詞結合，然而「**toàn thể**」只可與指人的名詞搭配使用。）

toàn bộ ＋所有類型之名詞
toàn thể ＋指人的名詞

Ví dụ

- Mẹ tôi quản lý **toàn bộ** kinh tế của gia đình.
  我媽媽管理家裡的全部財務。

- **Toàn thể** cán bộ của công ty đấy đều là người Đài Loan.
  那間公司的所有幹部都是臺灣人。

132

Luyện nói 口說練習

Hãy dùng trạng từ "thậm chí" để hoàn chỉnh các câu nói dưới đây.

（請用副詞「**thậm chí**」，使下列各句更加完整。）

VD. Cô ấy thường nói rất nhiều và nói sai _____

→ Cô ấy thường nói rất nhiều và nói sai. **Thậm chí** bạn trai cô ấy cũng cảm
thấy khó chịu khi nghe cô ấy nói.

1) Gia đình tôi đang gặp khó khăn về kinh tế _____

_____

2) Hai bạn ấy vừa là bạn học vừa là hàng xóm của nhau _____

_____

3) Kế hoạch đó không mấy khả thi _____

_____

4) Anh phải nộp thuế cho nhà nước ngay _____

_____

5) Mấy năm gần đây, kinh tế thế giới phát triển chậm hẳn lại _____

_____

6) Anh ta rất tốt bụng _____

_____

Luyện nghe 聽力練習 ▶MP3-7.3

Hãy nghe nội dung của đoạn văn và lựa chọn đáp án đúng nhất.

（請聆聽文章內容，並選出最正確的答案。）

1)

☐ A. môn thể thao được ưa thích   ☐ B. môn thể thao được ưa chuộng
nhất thế giới   nhất châu Á

☐ C. môn thể thao phổ biến nhất   ☐ D. môn thể thao nhiều người
Bắc bán cầu   chơi nhất Nam bán cầu

2)

☐ A. bóng rổ   ☐ B. bóng đá

☐ C. bóng chuyền   ☐ D. bóng chày

3)

☐ A. 5,8 tỉ người   ☐ B. 5,3 tỉ người

☐ C. 3,5 tỉ người   ☐ D. 8,5 tỉ người

Ngữ vựng 詞彙運用

1. Hãy tìm từ thích hợp để điền vào chỗ trống.

（請將適當詞語填入下方空格。）

thốt lên	dẫn dắt	cuồng nhiệt
giành được	khẳng định	khắt khe
vươn lên	tránh	tuyệt đối

1) Trong một câu văn nên _____ viết lặp lại từ.

2) Cô giáo rất vui vì em đã đạt điểm số _____ trong kỳ thi cuối kỳ này.

3) Người Việt Nam có niềm đam mê _____ với bóng đá.

4) Cái cô dẫn chương trình ấy biết cách _____ câu chuyện một cách tự nhiên và vui vẻ.

5) Em trai tôi vừa _____ học bổng Chính phủ Singapore về ngành Tâm lý học.

6) Chính phủ đã đề ra những quy định _____ để cải thiện tình hình giao thông hiện nay.

7) Khi nghe cô ấy hát, anh ta đã _____ một vẻ thật kinh ngạc.

8) Cô ấy luôn biết cách _____ bản thân ở mọi hoàn cảnh.

9) Nền y tế Đài Loan đã _____ top 3 của châu Á từ những năm 2000.

2. Hãy dựa vào nội dung của bài đọc, tìm từ gần nghĩa nhất để thay thế vào từ gạch chân.

（請根據課文內容，勾選與劃線詞語意義最相近的詞彙。）

1) Nền thể thao Việt Nam đang **_nỗ lực_** từng bước để khẳng định vị trí của mình với cả châu lục và thế giới.

   ☐ A. cố gắng   ☐ B. sự cố gắng

   ☐ C. sự nỗ lực   ☐ D. cả A/B/C đúng

2) Bóng đá là môn thể thao luôn được ***ưa thích*** nhất ở Việt Nam.

    ☐ A. ưa chuộng   ☐ B. mong muốn

    ☐ C. ham muốn   ☐ D. ham chuộng

3) ***Chẳng vậy*** mà báo Mỹ đã đưa Việt Nam vào top 10 nước yêu bóng đá nhất thế giới.

    ☐ A. Chẳng biết   ☐ B. Chẳng thế

    ☐ C. Chẳng hạn   ☐ D. Chẳng thấy

4) Huấn luyện viên người Hàn Quốc đã ***dẫn dắt*** đội tuyển bóng đá giành vị trí thứ 4 tại Asiad 2018.

    ☐ A. chăm sóc   ☐ B. hướng dẫn

    ☐ C. giảng dạy   ☐ D. chỉ dẫn

5) Họ đã viết nên lịch sử cho nền bóng đá Việt Nam nói riêng và cho ***toàn thể*** khối Đông Nam Á nói chung.

    ☐ A.toàn bộ   ☐ B. cả

    ☐ C. tất cả   ☐ D. đáp án A/ B đúng

6) Hi vọng Việt Nam biết đầu tư ***đúng mức*** để đưa nền thể thao ngày một vươn lên tầm cao mới.

    ☐ A. sự hợp lý   ☐ B. sự chuẩn mực

    ☐ C. sự thích hợp   ☐ D. một cách phù hợp

Luyện viết 寫作練習

1. **Hãy lựa chọn cả/ tất cả/ toàn bộ/ toàn thể để điền vào chỗ trống.**

（請將「**cả/ tất cả/ toàn bộ/ toàn thể**」填入空格。）

1) Đừng nên quá thất vọng! _____ mọi việc đều có lý do của nó.

2) _____ các phòng học đều chật kín chỗ ngồi.

3) Vì khi ra ngoài, anh trai tôi quên khóa cửa nên _____ đồ đạc trong nhà đều bị kẻ gian lấy cắp.

4) Ở các trường đại học của Đài Loan, _____ giáo viên đều có học vị tiến sĩ.

5) Vì bận phải hoàn thành dự án nên _____ tháng nay tôi không về thăm vợ con.

6) Vào kỳ nghỉ đông, _____ sinh viên của lớp học tiếng Việt đều về quê ăn Tết.

7) Để xây dựng một thủ đô "Sáng - Xanh - Sạch - Đẹp", nhà nước lên kế hoạch di dời _____ khu công nghiệp này ra khỏi thành phố.

8) Vì bão có cường độ mạnh nên Chính phủ ra thông báo _____ các trường học đều được nghỉ học.

2. **Hãy dùng cấu trúc câu: "...chỉ...mới..." để tạo câu theo mẫu.**

（請依照範例，用文法「**...chỉ...mới...**」造句。）

VD. Khó khăn/ trưởng thành

→ Chỉ có trải qua nhiều khó khăn thì con tôi mới trưởng thành được.

1) Tràng An/ danh lam thắng cảnh

_____

2) Chăm chỉ/ thành công

_____

3) Người miền Nam/ hát cải lương

_____

4) Bắc Ninh/ hát quan họ trên hồ

_____

5) Sự sáng suốt/ thành công

_____

6) Học ngoại ngữ/ quốc tế hóa

_____

7) Chứng cớ rõ ràng/ chối cãi được

_____

8) Bà tôi/ đầu óc minh mẫn

_____

3. **Hãy lựa chọn trở thành/ trở nên để điền vào chỗ trống.**
（請將「**trở thành/ trở nên**」填入下方空格。）

1) Mấy ngày gần đây, thời tiết khu vực Văn Sơn _____ lạnh và có mưa phùn.

2) Đời sống của người dân Đông Nam Á _____ tốt hơn từng ngày.

3) Nhờ vào việc chăm chỉ luyện tập thể dục mà ông tôi _____ khỏe hơn.

4) Là mẹ, tôi mong con cái luôn mạnh khỏe và cố gắng không ngừng để _____ người có ích cho xã hội.

5) Tôi luôn lạc quan nghĩ rằng cuộc sống này sẽ _____ tươi đẹp và không còn phiền muộn.

6) Tôi đoán con trai chị có mong muốn _____ nhà ngoại giao sau khi tốt nghiệp từ trường Đại học Chính Trị.

7) Nhiều nhà bất động sản Đài Loan đầu tư vào Việt Nam bởi họ tin rằng giá nhà đất _____ có giá sau vài năm.

8) Sau một thời gian đi nước ngoài du học, bạn ấy _____ chững chạc hơn hẳn.

4. Hãy đặt câu với các từ cho sẵn.
（請用下列詞語造句。）

(1) trở thành, (2) trở nên, (3) chỉ có…mới, (4) thậm chí, (5) ngay cả,
(6) toàn bộ, (7) toàn thể, (8) khẳng định, (9) cuồng nhiệt, (10) vươn lên,
(11) dẫn dắt, (12) khắt khe

_____

_____

_____

_____

_____

_____

_____

_____

_____

_____

_____

_____

_____

_____

_____

_____

5. Bài tập đánh máy: Hãy giới thiệu về nền thể thao Đài Loan và so sánh nó với Việt Nam.

（打字練習：請介紹臺灣的體育界，並與越南做比較。）

　　Thế vận hội hay còn được gọi là Olympic, một cái tên không hề lạ lẫm với chúng ta. Với khẩu hiệu "nhanh hơn, cao hơn, mạnh hơn", gắn kết hơn 13.000 vận động viên trên toàn thế giới tranh giành những tấm huy chương trong mỗi đợt thi.

　　Thế vận hội là một cuộc thi thể thao được bắt nguồn vào thời Hy Lạp năm 776 trước công nguyên. Vào thế kỷ 4, Thế vận hội bị Hoàng đế La Mã cấm đoán. Cho đến cuối thế kỷ 19 mới được nước Pháp phục hồi trở lại. Thế vận hội gồm Thế vận hội mùa hè và Thế vận hội mùa đông, cứ mỗi 4 năm thì được tổ chức tại các nước khác nhau trên thế giới. Các nước trên thế giới có thể tranh giành huy chương vàng (quán quân), huy chương bạc (á quân) và huy chương đồng (quý quân). Ý tưởng ban đầu của Thế vận hội là để các nước thể hiện thực lực quốc gia bằng những môn thể dục thể thao nên những môn thi vào thời kỳ đầu thường là những môn thể thao liên quan đến những thủ đoạn chiến tranh, chẳng hạn như: đấu kiếm, đấu vật, bắn cung…Tuy nhiên, Thế vận hội vẫn không thể ngăn cản tham vọng của loài người được, nó bị hủy bỏ trong thời kỳ diễn ra chiến tranh thế giới thứ nhất và chiến tranh thế giới thứ hai. Không chỉ thế, những nguyên nhân bất khả kháng như dịch bệnh Covid-19 cũng đã khiến cho Thế vận hội bị hoãn lại 1 năm, đến tận năm 2020 mới có thể tổ chức lại.

Theo dòng thời gian, cho dù hiện nay vẫn còn tồn tại một vài cuộc chiến tranh nhưng đa số các quốc gia cũng đã bước vào thời đại hội nhập toàn cầu. Việc chiến tranh nhằm thể hiện thực lực của một quốc gia ngày càng phai nhòa, nhiều môn thể thao ít ám chỉ đến bạo lực và vũ khí cũng được đưa thêm vào danh sách thi đấu như: bơi lội, bóng bàn và cầu lông…Thay vì sử dụng súng ống, mã tấu thì các nước chọn cách tăng cường lĩnh vực khoa học, kinh tế và thể thao để thể hiện sự hùng mạnh của quốc gia mình.

Loài người càng ngày càng trở nên văn minh, nhân loại đang dần tiến tới mục tiêu của Thế vận hội bằng cách tranh tài thể thao thay thế cho chiến tranh. Thế vận hội vào năm 2020 Đài Loan đoạt được 2 tấm huy chương vàng, 4 tấm huy chương bạc và 6 tấm huy chương đồng. Việt Nam cũng đã khiến cho nước nhà nở mày nở mặt với thành tích xuất sắc: 1 tấm huy chương vàng, 3 tấm huy chương bạc và 1 tấm huy chương đồng. Chiến tranh đem đến hậu quả khốc liệt nhưng thể thao thì không. Mong rằng Thế vận hội vào năm 2024 tại thành phố Paris, Pháp sẽ có nhiều quốc gia tham dự hơn, đọ sức bằng thể lực và kỹ thuật trong lĩnh vực của mình thay cho việc tuyên chiến. Hãy mang vinh quang về nước nhà bằng sự hòa bình và thịnh vượng!

(Dựa theo bài viết của tác giả Ngô Gia Thừa)

1. Hãy dựa vào nội dung của bài đọc, trả lời các câu hỏi sau đây.
（請根據文章內容，回答下列問題。）

1) Thế vận hội là cuộc thi đấu về lĩnh vực gì?

_____

2) Thế vận hội có mấy mùa, gồm những mùa nào?

_____

3) Thế vận hội khởi nguồn vào thời kỳ nào?

_____

4) Vào thế kỷ 19, Thế vận hội đã được nước nào hồi phục lại?

_____

5) Tất cả các loại huy chương có ý nghĩa gì?

_____

6) Thế vận hội vào năm 2024 sẽ tổ chức tại quốc gia nào?

_____

7) Hãy nêu ra tất cả các tấm huy chương của Đài Loan trong cuộc thi Thế vận hội vào năm 2020.

_____

8) Việt Nam đã đoạt được bao nhiêu tấm huy chương trong Thế vận hội năm 2020?

_____

9) Hiện nay, đa số các quốc gia trên thế giới thường thể hiện thực lực của quốc gia bằng cách nào?

_____

2. Hãy chọn một đáp án đúng nhất theo nội dung của bài đọc.
（請根據文章內容，勾選最正確的答案。）

1) Môn thi thể thao nào liên quan đến chiến tranh?
☐ A. đấu kiếm
☐ B. bóng bàn
☐ C. bơi lội
☐ D. cầu lông

2) Những môn thi thể thao nào ít có tính chất liên quan đến bạo lực?

   ☐ A. cầu lông

   ☐ B. bơi lội

   ☐ C. bóng bàn

   ☐ D. tất cả các đáp án trên

3) Thời điểm nào không phải là lúc Thế vận hội gặp phải trở ngại?

   ☐ A. năm 2020

   ☐ B. năm 2024

   ☐ C. thời kỳ chiến tranh lần thứ nhất

   ☐ D. thời kỳ chiến tranh lần thứ hai

4) Thời điểm mà Thế vận hội bị hoãn lại 1 năm là:

   ☐ A. năm 2019

   ☐ B. năm 2024

   ☐ C. thời kỳ chiến tranh lần thứ nhất

   ☐ D. thời kỳ chiến tranh lần thứ hai

Bài 8
Phụ nữ

婦女

Ý kiến cá nhân 個人意見

1. *Theo quan điểm của bạn, thế nào thì được gọi là "công dung ngôn hạnh"?*
2. *Người phụ nữ có vai trò gì trong xã hội hiện đại ngày nay?*
3. *Sự khác biệt giữa vị trí của phụ nữ trong xã hội ngày xưa và ngày nay?*

Bài Đọc 課文   ▶MP3-8.1

Tứ đức của người phụ nữ Việt Nam "***công dung ngôn hạnh***" luôn được đề cao trong mọi thời đại. Người xưa luôn đề cao vẻ đẹp giản dị của phụ nữ. Sự đảm đang, giàu đức hi sinh của phụ nữ xưa không ít lần được nhắc đến trong thơ ca. Bài thơ "Thương Vợ" ***do*** Tú Xương viết:

"Quanh năm buôn bán ở mom sông

Nuôi đủ năm con với một chồng."

Ngày nay, ***bởi*** nhiều lý do mà quan niệm về cái đẹp cũng theo đó bị thay đổi và hòa trộn, ***chẳng hạn như*** người xưa quan niệm mái tóc dài là chuẩn mực, thì nay phụ nữ thích phá cách với mái tóc ngắn ngang vai. Trước đây chỉ có làn da trắng hồng mới cuốn hút mọi ánh nhìn, thì bây giờ làn da nâu khỏe khoắn cũng trở nên cực kỳ hấp dẫn với người đối diện. Phụ nữ ngày nay phần nhiều hướng tới vẻ đẹp hiện đại và năng động nhưng vẫn giữ được nét đẹp nữ tính và dịu dàng.

Phái đẹp luôn biết cách vừa khiến cho cuộc sống trở nên dễ chịu, vừa khéo léo dung hòa các mối quan hệ trong nhà và ngoài xã hội. Hãy đẹp một cách rạng rỡ, đầy trí tuệ và đẹp một cách tự nhiên nhất có thể, ***miễn là*** đừng quá nhân tạo và quá lạm dụng vào bất cứ thứ gì. ***Chính*** phụ nữ đã luôn biết cách tạo ra một vẻ đẹp của riêng mình trong mọi thời điểm và hoàn cảnh.

Đọc hiểu 課文理解

1. Hãy dựa theo nội dung bài đọc, trả lời các câu hỏi sau đây.
（請閱讀課文內容，並回答下列問題。）

1) Cái gì được đề cao trong mọi thời đại?

2) Người xưa đề cao vẻ đẹp gì của phụ nữ?

3) Bài thơ "*Thương Vợ*" của ai viết?

4) Em hiểu gì về hai câu thơ: "Quanh năm buôn bán ở mom sông/ Nuôi đủ năm con với một chồng"?

5) Hãy so sánh sự khác nhau về quan niệm của cái đẹp ở thời đại xưa và nay.

6) Ai luôn biết cách tạo ra một vẻ đẹp của riêng mình trong mọi hoàn cảnh?

2. Hãy chọn một đáp án đúng nhất theo nội dung bài đọc.
（請依照課文內容，勾選正確答案。）

1) Câu nào **KHÔNG** được đề cập tới trong nội dung của đoạn văn một?

☐ A. Tứ đức của phụ nữ Việt Nam

☐ B. Vẻ đẹp của người phụ nữ xưa

☐ C. Bài thơ "Thương Vợ" do nhà thơ Tú Xương viết

☐ D. Cuộc sống của con người ngày xưa

2) Nội dung chính của đoạn văn thứ hai chủ yếu viết về?

☐ A. Quan niệm về cái đẹp ở thời xưa

☐ B. Quan niệm về cái đẹp ở thời nay

☐ C. Quan niệm về cái đẹp ở các thời đại khác nhau

☐ D. Nét đẹp nữ tính và dịu dàng của người phụ nữ Việt

3) Nội dung chính của đoạn văn thứ ba chủ yếu viết về?

☐ A. Các mối quan hệ của phụ nữ

☐ B. Phụ nữ đẹp khi họ tự nhiên

☐ C. Vẻ đẹp trí tuệ của người phụ nữ

☐ D. Vẻ đẹp rất riêng của phụ nữ trong mọi hoàn cảnh

Từ mới 生詞			▶MP3-8.2
đề cao	注重、提高	hấp dẫn	吸引人的、誘人的
giản dị	樸素、簡單	đối diện	對面、面對
đảm đang	賢妻良母、善於打理家務	năng động	活潑、活躍
hi sinh	犧牲	dịu dàng	溫柔
thơ ca	詩歌	phái	派
hòa trộn	混合	dễ chịu	舒服
chuẩn mực	標準、規範	khéo léo	靈巧、（語言、行為）得體
ngang vai	橫、到⋯⋯（程度、長度）到肩膀	dung hòa	融合
làn da trắng hồng	白裡透紅的皮膚	rạng rỡ	燦爛
cuốn hút	吸引	nhân tạo	人造
ánh nhìn	視線	lạm dụng	濫用
làn da nâu	古銅色皮膚	duyên dáng	秀麗、漂亮
khỏe khoắn	健康		

Ngữ pháp 文法

1. do: Kết từ

– Biểu thị mối quan hệ nguyên nhân – kết quả, có nghĩa gần giống **với bởi, bởi vì, vì, tại**.

（連接詞，用於表示因果關係，意即「因為、由於」。與 **bởi, bởi vì, vì, tại**（意思皆為「因為」）意思相似。）

Ví dụ

• **Do** lười nên nghèo.
因懶而窮。

• Em ấy buồn **do** gia đình có chuyện.
他因為家裡有事情而難過。

– Biểu thị ý nghĩa chủ thể tác động tới điều được nêu ra, có nghĩa gần giống với **của**.

（主語影響到所講或提及的事情，意即「由……、是……」。與「**của**」（的）意思相近，例如：「某人寫『的』、某人做『的』」。）

Ví dụ

• Bài viết này **do** cô ấy viết.
這首歌是由她寫的。

• Ngôi nhà này **do** bố mẹ tôi xây từ những năm 2000.
這棟房子是我父母在 2000 年代蓋成的。

2. chẳng hạn như: cụm từ dùng để dẫn chứng hay giải thích cho điều được đề cập tới. Có nghĩa gần giống với chả hạn như.

（**chẳng hạn như**：用於引證或解釋所提到的事情，意即「例如」。意思近似「**chả hạn như**」（例如）。）

> **Ví dụ**

- Cô ấy có rất nhiều ưu điểm, **chẳng hạn như** học giỏi và hát hay.

  她有很多優點，例如：很會讀書和唱歌很好聽。

- Thị trường kinh tế Việt Nam rất tiềm năng, **chẳng hạn như** chính trị ổn định và nhân lực dồi dào.

  越南的經濟市場有具有潛力，例如：政治穩定和人力充沛。

3. miễn là/ miễn sao: kết từ dùng để nối hai vế với nhau, biểu thị sự chấp nhận A nếu có theo điều kiện của B.

（**miễn là/ miễn sao**：用於連接兩個子句的連接詞，表示如果符合 B 的條件，則接受 A。意即「只要……就好」。）

> A miễn là/ miễn sao B

> **Ví dụ**

- Con làm gì thì làm, **miễn sao** phải sống vui khỏe.

  你要做什麼（工作、事情）都可以，只要活得開心、健康就好。

- Làm thế nào cũng được, **miễn là** phải đạt hiệu quả công việc.

  怎麼做都可以，只要達到工作要求就好。

4. **Chính: trạng từ, thường đặt trước đại từ/ danh từ/ cụm danh từ để nhấn mạnh cho chủ ngữ hay bổ ngữ đó. "Chính" có nghĩa tương tự như "là nó, chứ không phải là ai hay cái gì khác".**

（**Chính**：副詞，通常置於代詞／名詞／名詞片語之前來強調主語或補語。「Chính」與「là nó, chứ không phải là ai hay cái gì khác」（是它，而不是其他人或事物）意思相似。意即「正是／就是」。）

> **Chính +** 代名詞／名詞／名詞片語

Ví dụ

- **Chính** những trải nghiệm trong cuộc sống đã làm tôi trưởng thành hơn.
  正是生活中的體驗讓我更加成長。

- Cô ấy nói **chính** cô ấy tạo ra những lỗi lầm lớn này.
  她說正是她自己犯下這些大錯。

Luyện nói 口說練習

Hãy dùng "miễn là/ miễn sao" và cụm từ gợi ý để hoàn thành mẫu hội thoại ngắn. Chú ý nói đúng ngữ điệu.

（請用「**miễn là/ miễn sao**」及下方提供之詞語完成簡短對話。請注意聲調。）

VD. A: Sắp tới sinh nhật của mẹ rồi, ba mua cái gì tặng mẹ ạ?
  (mẹ con thích)

  → B: Tặng gì cũng được miễn sao mà mẹ con thích.

1) A: Tối nay là tiệc cưới của An rồi, nên mặc cái váy nào nhỉ?
  (Đến đúng giờ)

  B: _____

2) A: Thưa cô, gần đây gia đình em có chút chuyện, em muốn xin nghỉ học ít hôm ạ.
  (thi cuối kỳ phải có mặt)

  B: _____

3) A: Sếp quyết định mua hàng của công ty nào ạ?
  (đảm bảo chất lượng sản phẩm)

  B: _____

4) A: Tôi có thể mượn xe của anh đi mua ít đồ, được không?
  (tuân thủ luật giao thông)

  B: _____

5) A: Đã lâu không gặp rồi. Chúng ta đi uống cà phê hay bia chứ?
  (cảm thấy vui)

  B: _____

6) A: Ngoài giờ lên lớp, con muốn tìm một việc làm thêm để phụ tiền sinh hoạt phí của bản thân.
   (giữ gìn sức khỏe)

   B: _____

7) A: Tiêu chuẩn chọn phòng để thuê của bạn là gì?
   (căn phòng thoáng mát và yên tĩnh)

   B: _____

8) A: Tôi không rõ làm sao mà bạn có thể nói tiếng Việt giỏi đến như vậy. Hãy chia sẻ phương pháp học của bạn nhé.
   (đạt được hiệu quả trong việc học ngoại ngữ)

   B: _____

Luyện nghe 聽力練習　　　　　　　　　　　▶MP3-8.3

Hãy nghe nội dung đoạn văn và lựa chọn đáp án đúng nhất.
（請聆聽文章內容，並選出最正確的答案。）

1)

☐ A. vị thế của các quốc gia trên thế giới

☐ B. địa vị của người đàn ông trong xã hội ngày nay

☐ C. sự khác biệt giữa tư tưởng phương Tây và phương Đông

☐ D. sự bất bình đẳng giới

2)

☐ A. vì thời hội nhập thế giới

☐ B. vì phụ nữ có quyền quyết định mọi thứ

☐ C. vì tư tưởng phụ hệ

☐ D. vì tư tưởng phương Tây

3)

☐ A. vị thế của đàn ông thời nay ngày càng thụt lùi

☐ B. người phụ nữ luôn đóng một vai trò không thể thiếu

☐ C. vị thế của người cao tuổi thời nay ngày càng thụt lùi

☐ D. sự định kiến giới đã được hoàn toàn xóa bỏ

Ngữ vựng 詞彙運用

1. Hãy sử dụng các từ cho sẵn bên dưới để điền từ vào chỗ trống.

（請將下列詞彙填入空格。）

hòa trộn	nền nã	chuẩn mực	quyến rũ
phá cách	nhắc đến	khỏe khoắn	hi sinh
giản dị	nhân tạo	năng động	lạm dụng

1) Với khả năng xử lý vấn đề linh hoạt và lối tư duy _____ trong kinh doanh, tôi tin rằng anh ấy sẽ ngày càng thành công.

2) Với quan niệm của nhiều phụ nữ trong thời hiện đại, họ cho rằng thà đẹp _____ còn hơn xấu tự nhiên.

3) _____ về cái đẹp ở mỗi thời đại là khác nhau.

4) Là con lai, Kiến Thành có nét đẹp rất riêng, _____ giữa phương Tây và phương Đông.

5) Sau một kỳ nghỉ dài, tôi thấy trong người _____ hẳn ra.

6) Chị tôi đã phải _____ cả tuổi thanh xuân để kiếm tiền nuôi chúng tôi ăn học.

7) Về lâu dài, _____ nhiều thuốc Tây không tốt cho sức khỏe.

8) Khi mặc áo dài Việt Nam, trông Hoàng Anh vừa_____vừa quyến rũ trong tà áo dài xưa.

9) Tràng An, nơi hội tụ những vẻ đẹp bí ẩn của thế giới tự nhiên, đầy _____ và sống động.

10) Tôi lấy làm xin lỗi vì đã _____ nỗi đau khổ tận cùng của anh.

11) Bài viết có văn phong rất _____ , không giống ai nhưng rất thu hút người đọc.

12) Mặc dù gia đình giàu có nhưng anh ta có lối sống rất _____ , không khoe khoang.

156

2. Hãy dựa vào bài đọc, tìm từ gần nghĩa nhất để thay thế vào các từ gạch chân.

（請根據課文內容，勾選與劃線詞語意義相近的詞彙。）

1) Sự đảm đang, giàu đức hi sinh ấy của phụ nữ xưa không ít lần được ***nhắc đến*** trong thơ ca.

    ☐ A. đề cập tới   ☐ B. nói tới

    ☐ C. chú ý tới   ☐ D. cả 3 đáp án trên

2) Bài thơ "Thương Vợ" ***do*** Tú Xương viết.

    ☐ A. nên   ☐ B. tại

    ☐ C. vì   ☐ D. của

3) Ngày nay, ***bởi*** nhiều lý do ***mà*** quan niệm về cái đẹp cũng theo đó bị thay đổi.

    ☐ A. …cả...lẫn....   ☐ B. …vừa…vừa

    ☐ C. ….không những…mà còn…   ☐ D. …vì…mà…

4) Người xưa quan niệm mái tóc dài là chuẩn mực, thì nay phụ nữ thích ***phá cách*** với mái tóc ngắn.

    ☐ A. làm mới   ☐ B. cách tân

    ☐ C. sáng tạo   ☐ D. cải cách

5) Bây giờ làn da nâu khỏe khoắn cũng trở nên cực kỳ ***hấp dẫn*** người đối diện

    ☐ A.cuốn hút   ☐ B. thu hút

    ☐ C. lôi cuốn   ☐ D. cả A, B, C đúng

6) Phụ nữ ngày nay ***phần nhiều*** hướng tới vẻ đẹp hiện đại và năng động nhưng vẫn giữ được nét đẹp nữ tính và dịu dàng.

    ☐ A. phần lớn   ☐ B. đa số

    ☐ C. cả A và B đúng   ☐ D. cả A và B sai

Luyện viết 寫作練習

1. Hãy dùng cụm từ "chẳng hạn như" để hoàn thành câu.
（請用「**chẳng hạn như**」完成下方各句。）

VD. Vào mùa đông, Đài Loan có rất nhiều trái cây vừa ngon ngọt vừa rẻ

_____

→ Vào mùa đông, Đài Loan có rất nhiều trái cây vừa ngon ngọt vừa rẻ, **chẳng hạn như** cam quýt, hồng, táo, chuối…

1) Anh ấy có rất nhiều ưu điểm để trở thành một doanh nhân thành đạt __

_____

2) Việt Nam có rất nhiều lợi thế để phát triển kinh tế _____

_____

3) Đài Loan có nhiều danh lam thắng cảnh đẹp _____

_____

4) Những môn thể thao đang được giới trẻ Đài Loan ưa chuộng _____

_____

5) Khi đi du lịch nước ngoài thì bạn nên chuẩn bị nhiều đồ dùng cá nhân _

_____

6) Thời tiết thay đổi thường xuyên là nguyên nhân gây ra nhiều bệnh cho người già và trẻ nhỏ_____

_____

7) Năm mới tết đến, cầu chúc cho cả gia đình nhiều điều tốt đẹp _____

_____

8) Buổi tiệc tất niên có đầy đủ các thành phần tham dự _____

_____

2. Hãy dùng "chính" và cụm từ gợi ý để hoàn thành mẫu hội thoại ngắn. Chú ý nói đúng ngữ điệu.

（請用「**chính**」及下方提供之詞語完成簡短對話。請注意語調。）

VD. A: Ai là người đã giới thiệu công ty đó cho bạn? (cô giáo)

→ **Chính** cô giáo tôi đã giới thiệu tôi đến phỏng vấn.

1) A: Điều gì đã làm cho cuộc sống của cô ấy trở nên tồi tệ? (bản thân cô ấy)

    B: _____

2) A: Khi bạn mệt mỏi, bạn thường nghĩ về điều gì? (gia đình tôi)

    B: _____

3) A: Tại sao bạn lại lựa chọn đi tàu điện ngầm thay vì lái xe máy đi học? (tình trạng kẹt xe vào giờ cao điểm)

    B: _____

4) A: Khách du lịch nước ngoài ấn tượng thế nào về văn hóa ẩm thực của Việt Nam? (những yếu tố về khẩu vị và sức khỏe)

    B: _____

5) A: Điều gì đã giúp Đài Bắc thu hút một lượng lớn khách du lịch Đông Nam Á trong những năm gần đây? (chính sách của chính phủ)

    B: _____

6) A: Mặc dù Việt Nam phải trải qua hơn 1000 năm Bắc thuộc, tại sao họ không bị đồng hóa? (tiếng nói và phong tục tập quán)

    B: _____

7) A: Trong năm 2018, những cuộc thi nào đã đưa Việt Nam trở thành quốc gia có thành tích cao về nhan sắc? (Hoa hậu Trái Đất và Miss Universe)

    B: _____

8) A: Lý do Đài Loan thu hút nhiều bệnh nhân từ các nước khác đến chẩn đoán và điều trị bệnh? (nền y tế tiên tiến)

B: _____

3. Hãy dùng liên từ "vì/ do/ bởi/ tại/ của" để viết câu.
（請用「**vì/ do/ bởi/ tại/ của**」完成下方各句。）

1) Hủy bữa tiệc/ nhà có việc

_____

2) Tôi thấy cô ấy đẹp/ son phấn

_____

3) Giáo trình này/ cô giáo chúng tôi viết

_____

4) Tình yêu thương con cái/ người mẹ thật vĩ đại

_____

5) Nói chuyện trong lớp/ phạt tiền

_____

6) Thức khuya/ thức dậy trễ

_____

7) Đế chế kinh doanh toàn cầu Alibaba/ Jack Ma tạo dựng

_____

8) Nhiều lý do/ quan niệm về hôn nhân của người xưa không giống với người nay

_____

4. Hãy đặt câu với các từ cho sẵn sau đây.

（請用下列詞語及文法造句。）

(1) chẳng hạn như, (2) miễn là, (3) miễn sao, (4) chính + đại từ nhân xưng,
(5) khéo léo, (6) phá cách, (7) dịu dàng, (8) trí tuệ

_____

_____

_____

_____

_____

_____

_____

_____

_____

_____

5. Bài tập đánh máy: Hãy viết một bài văn ngắn nói về vai trò của phụ nữ trong xã hội hiện đại.

（打字練習：請寫一則短文，闡述女性在現代社會中所扮演之角色。）

Người nước ngoài thường ngộ nhận rằng những nước trên bán đảo Đông Dương đều là những quốc gia mẫu hệ. Đặc biệt là, khi mà người phụ nữ Việt Nam thường thể hiện cả sự dịu dàng lẫn sự mạnh mẽ trong công việc, lại làm cho sự hiểu lầm này thêm sâu đậm hơn.

Một số nhà sử học và khảo cổ học cho rằng Việt Nam đã từng là một đất nước mẫu hệ nhưng do chịu tác động bởi văn hóa ngoại lai và yếu tố lịch sử nội bộ nên Việt Nam đã dần trở thành một quốc gia có chế độ phụ hệ như ngày hôm nay. Trong xã hội phong kiến trước kia, người chồng hoặc người đàn ông trong gia đình thường có nhiều quyền hạn và tiếng nói hơn. Con cái sẽ theo họ của bố và dòng dõi bên nội. Người phụ nữ trong gia đình thì ngoài sự thùy mị và nết na ra, còn phải chú tâm vào những công việc nội trợ và chăm sóc con cái chứ không nên quan tâm quá mức về việc kiếm tiền.

Ngày nay, phụ nữ Việt Nam ngoài có đầy đủ đức tính của người phụ nữ truyền thống ra, đôi lúc còn thể hiện được sự cứng rắn, vững chắc về mặt kinh tế. Nhiều người phụ nữ Việt Nam vừa chăm chỉ làm việc nội trợ vừa tích cực xây dựng sự nghiệp. Bởi những hình ảnh ấy nên những nước khác mới hiểu lầm rằng Việt Nam là một quốc gia mẫu hệ. Người đàn ông trong gia đình vẫn có quyền quyết định nhiều hơn. Một số vùng miền, đặc biệt là vùng nông thôn Bắc và Trung bộ, vẫn có tình trạng trọng nam khinh nữ nặng nề, thích sinh con trai hơn con gái. So với những người phụ nữ ở những quốc gia có chế độ phụ hệ khác, người phụ nữ Việt Nam vất vả hơn nhiều. Vì thế khi nhắc đến chủ đề bình đẳng giới của người Việt thì không nên có nhận thức sai rằng Việt Nam là một quốc gia có chế độ mẫu hệ nữa.

(Dựa theo bài viết của tác giả Ngô Gia Thừa)

162

1. Hãy dựa vào nội dung bài đọc, trả lời các câu hỏi sau đây.
（請根據文章內容，回答下列問題。）

1) Người nước ngoài thường có ngộ nhận về điều gì?

_____

2) Người phụ nữ Việt Nam thường thể hiện những điều gì?

_____

3) Việt Nam đã từng là quốc gia có chế độ như thế nào (về giới tính)?

_____

4) Việt Nam hiện nay là quốc gia có chế độ về giới tính như thế nào?

_____

5) Xã hội có chế độ phụ hệ thường có những đặc điểm nào?

_____

_____

6) Tại sao phụ nữ Việt Nam đôi lúc vất vả hơn phụ nữ ở những nước khác?

_____

7) Chúng ta không nên hiểu lầm về điều gì trong chủ đề bình đẳng giới của người Việt?

_____

8) Theo nội dung của bài đọc, hãy nêu ra tất cả các đặc điểm của người phụ nữ Việt Nam.

_____

_____

2. Hãy chọn một đáp án đúng nhất theo nội dung bài đọc.

（請根據文章內容，勾選最正確的答案。）

1) Người đàn ông trong xã hội có chế độ phụ hệ sẽ có:

☐ A. nhiều quyền hạn hơn

☐ B. ít quyền hạn hơn

☐ C. tiếng nói ít hơn

☐ D. việc làm nhiều hơn

2) Ngoài sự dịu dàng ra, phụ nữ Việt Nam đôi khi còn thể hiện điều gì?

☐ A. sự độc lập với nhà nội

☐ B. sự phụ thuộc về mặt kinh tế

☐ C. sự cứng rắn, vững chắc về mặt kinh tế

☐ D. sự cứng rắn về quyền quyết định trong gia đình

3) Xã hội Việt Nam hiện nay KHÔNG có tình trạng:

☐ A. một số vùng miền thích sinh con trai hơn có gái

☐ B. trọng nữ khinh nam

☐ C. con cái theo họ của bố

☐ D. người đàn ông trong gia đình có nhiều quyền quyết định hơn

4) Theo ý kiến cá nhân em, những quốc gia nào có chế độ phụ hệ điển hình?

☐ A. Trung Quốc

☐ B. Hàn Quốc

☐ C. Nhật Bản

☐ D. cả 3 đáp án trên đều đúng

Bài 9
Văn hóa làng xã Việt Nam
越南鄉村文化

Ý kiến cá nhân 個人意見

1. *Có mối quan hệ gì giữa cơ cấu tổ chức làng xã và đặc trưng văn hóa của một dân tộc? Tại sao?*
2. *Có sự khác nhau nào giữa cơ cấu tổ chức văn hóa làng xã ở Đài Loan và Việt Nam?*

Bài Đọc 課文   ▶MP3-9.1

Làng xã Việt Nam có một lịch sử rất lâu dài và mang tính cộng đồng. Người dân đoàn kết và gắn bó với nhau để phát huy sức mạnh tập thể. Bất kể ai, ***kể cả*** kiều bào đang sinh sống ở nước ngoài, nhưng khi về đến làng là phải tuân theo phép tắc ở làng, có câu "***phép vua thua lệ làng***" là thế. Mỗi làng xã có những tục lệ và tập quán khác nhau, mỗi nơi có những giá trị truyền thống và văn hoá riêng của nơi đấy. ***Giá trị cốt lõi*** trong văn hoá làng được lưu truyền từ đời này sang đời khác, nó quy định tới hành vi và lối sống của mỗi người.

Làng xã Việt Nam được quản lý theo số người và số ruộng đất mà họ sở hữu. Những người trong cùng một dòng họ luôn muốn sống gần nhau hơn, vì họ muốn cùng nhau duy trì nếp sống chung và xây dựng một gia tộc ngày càng lớn mạnh. Tình làng nghĩa xóm thậm chí còn được coi trọng hơn cả anh em họ hàng xa. Hễ gặp khó khăn thì hàng xóm là những người đầu tiên đến giúp đỡ, đó là nét đặc trưng trong văn hóa ứng xử ở vùng quê Việt Nam.

Ngày nay, trong đời sống hiện đại, nền ***văn hoá ngoại lai*** đã du nhập vào Việt Nam. ***Quả thực***, văn hoá làng xã đã có phần bị mai một. Văn hoá cổ truyền là đáng được bảo vệ nhưng chúng ta cũng nên có sự tiếp thu những cái mới mẻ. ***Chừng nào*** còn bảo thủ và lạc hậu thì ***chừng ấy*** nông thôn Việt Nam nói riêng, kinh tế cả nước nói chung còn bị kìm hãm và chậm phát triển. Đô thị hoá cần tuân theo nguyên tắc phát triển bền vững, ***bao nhiêu*** sự thay đổi thì phải có ***bấy nhiêu*** chính sách bảo tồn hợp lý. Nếu không xây dựng kế hoạch cụ thể và đúng đắn, thì sau này ***ngay cả*** cái tên "văn hoá làng xã" ***cũng*** chỉ còn được nhắc đến trong lịch sử mà thôi.

Đọc hiểu 課文理解

1. Hãy dựa vào nội dung của bài đọc, trả lời các câu hỏi sau đây.
（請閱讀課文內容，並回答下列問題。）

1) Làng xã có từ khi nào?

2) Người dân thường làm gì để phát huy sức mạnh tập thể?

3) Giữa các làng, tục lệ và tập quán có giống nhau không?

4) Cái gì được truyền từ đời này sang đời khác?

5) Làng xã Việt Nam được quản lý bằng cách nào?

6) Tại sao người trong cùng một dòng họ lại thích sống gần nhau?

7) Tại sao *tình làng nghĩa xóm* lại được coi trọng?

8) Cái gì đã làm cho văn hóa làng xã thay đổi?

9) Làng xã nên hay không nên tiếp thu cái mới mẻ để phù hợp với thời đại mới?

10) Bảo thủ và lạc hậu sẽ ảnh hưởng tới điều gì?

11) Đô thị hóa cần chú trọng điều gì?

12) Cần làm gì để bảo tồn văn hóa làng xã?

2. Hãy chọn những câu có ý nghĩa phù hợp nhất với các đoạn văn trên.
（請選填最符合每一個段落內容的句子。）

1) Giá trị văn hóa cốt lõi của làng xã được lưu truyền đời đời.

2) Làng xã trong thời đại mới bị ảnh hưởng bởi văn hóa ngoại lai.

3) Mối quan hệ giữa con người với nhau trong một làng xã.

4) Cơ cấu tổ chức làng xã truyền thống.

5) Cần bảo tồn và phát huy giá trị văn hóa làng xã.

6) Sức mạnh của sự đoàn kết trong cộng đồng làng xã.

❖Đoạn văn 1: _____

❖Đoạn văn 2: _____

❖Đoạn văn 3: _____

3. Hãy chọn một đáp án đúng nhất theo nội dung bài đọc.

（請依照課文內容，勾選最正確答案。）

1) Cụm từ "***phép vua thua lệ làng***" trong đoạn văn 1 có nghĩa là:

☐ A. Phong tục của một làng xã là quan trọng hơn luật pháp.

☐ B. Luật pháp cao hơn cả phong tục của một làng xã.

☐ C. Phong tục của một làng xã phải tuân thủ theo luật an toàn giao thông.

☐ D. Vua được xem trọng hơn người trong làng.

2) Cụm từ "***giá trị cốt lõi***" trong đoạn văn 1 có nghĩa là:

☐ A. Những giá trị văn hóa quan trọng nhất

☐ B. Những giá trị văn hóa chủ yếu nhất

☐ C. A/ B đúng

☐ D. A/ B sai

3) Cụm từ "***văn hóa ngoại lai***" trong đoạn văn 3 có nghĩa là:

☐ A. Văn hóa bị ảnh hưởng từ những yếu tố nước ngoài.

☐ B. Văn hóa bị hòa trộn với những yếu tố nước ngoài.

☐ C. Văn hóa bị thay đổi do có yếu tố nước ngoài.

☐ D. Cả A/ B/ C đúng

4) Giọng văn của tác giả trong đoạn 3 là:

☐ A. Tiếc nuối

☐ B. Phê phán

☐ C. Vui vẻ

☐ D. Trung tính

5) Những lối sống, ứng xử nào trong văn hóa làng xã **KHÔNG** được nhắc tới trong bài?

☐ A. Tuân theo phong tục tập quán truyền thống

☐ B. Coi trọng tình làng nghĩa xóm

☐ C. Bảo vệ và gìn giữ giá trị văn hóa cốt lõi

☐ D. Không tôn trọng luật lệ giao thông

170

Từ mới 生詞			▶MP3-9.2
làng xã	村落、村莊	dòng họ	親戚
cộng đồng	群體、社群	nếp sống	生活習慣
gắn bó	維繫、相依相存	coi trọng	重視、看重
phát huy	發揮	ngoại lai	外來
sức mạnh	力量	du nhập	引進、輸入
tập thể	集體	mai một	埋沒
kiều bào	僑胞	cổ truyền	古傳
phép tắc	規矩	tiếp thu	接受
tục lệ	風俗習慣	bảo thủ	保守、守舊
tập quán	風俗習慣	lạc hậu	落後
cốt lõi	主要、最重要的	kìm hãm	壓制、壓抑
lưu truyền	流傳	chậm	慢
hành vi	行為	nguyên tắc	原則
lối sống	生活方式	bền vững	牢固、穩固、穩定
ruộng đất	田地		

Ngữ pháp 文法

1. bao nhiêu…bấy nhiêu/ chừng nào…chừng ấy: cấu trúc dùng để nối hai thành phần có ý nghĩa tương ứng.

（**bao nhiêu…bấy nhiêu/ chừng nào…chừng ấy**：用來連接兩個具有相應含義部分的文法。意即「……多少就……多少」。）

> bao nhiêu…bấy nhiêu
>
> chừng nào…chừng ấy/ đấy

Ví dụ

- Dùng hết **bao nhiêu** số điện thì trả **bấy nhiêu** tiền.
  用多少電量就付多少錢。

- Làm ra **chừng nào** thì chi tiêu **chừng ấy**.
  賺多少就花多少。

2. ngay cả…cũng: cấu trúc dùng để nhấn mạnh sự so sánh giữa đối tượng được đề cập đến là không ngoại lệ so với tổng thể, mặc dù nó có những đặc điểm riêng biệt và không giống với những đối tượng khác.

（**ngay cả…cũng**：用來強調儘管所提及的事物有自身特點，且與其他事物不同，但相較於整體，也不能例外，近似中文的「就連／甚至連……也……」。）

> ngay cả ＋名詞＋ cũng ＋動詞

Ví dụ

- Thời chiến tranh, **ngay cả** phụ nữ **cũng** phải đi đánh giặc.
  在戰爭時期，就連女人也要去打仗。

- **Ngay cả** ngày Tết họ **cũng** bán hàng.
  他們就連過年也營業。

3. quả thật/ quả thực: trạng từ, dùng để biểu thị ý khẳng định, không phải nghi ngờ bất cứ điều gì cả.

（**quả thật/ quả thực**：副詞，用來表達肯定，表示不用懷疑任何一件事情。意即「果然、果真、實在」。）

Ví dụ

- Thật lòng xin lỗi. Tôi **quả thật** cũng không biết làm sao để giúp được em.

  真是抱歉。我實在不知道要怎麼幫助你。

- **Quả thực**, tôi không nhận ra vì cháu trông khác quá.

  你看起來好不一樣，我實在認不出來。

4. kể cả: cụm từ dùng để nhấn mạnh điều sắp nêu ra không phải là ngoại trừ.

（**kể cả**：連接詞，用於表示即將提及的事情不是例外，意即「就連、就算」。）

Ví dụ

- Thế nào cô ấy cũng đến, **kể cả** mệt mỏi.

  就算她很累，十之八九還是會到。

- Họ bán hàng quanh năm, **kể cả** ngày lễ Tết.

  他們全年營業，就連過年（也是）。

Hãy dùng cặp từ tương ứng "bao nhiêu…bấy nhiêu/ chừng nào… chừng ấy" để hoàn thành mẫu hội thoại.
（請用表示「相對應」的文法「**bao nhiêu…bấy nhiêu/ chừng nào…chừng ấy**」來完成對話。）

VD. Gần đây thấy Nam có vẻ không vui và mệt mỏi.

→ Đừng lo! **Chừng nào** thấy Nam còn vui khỏe thì **chừng ấy** còn ổn.

1) Chị ơi, cái này bán thế nào ạ?

_____

2) Hôm đi phỏng vấn, em có trả lời tốt câu hỏi của nhà tuyển dụng không?

_____

3) Năm vừa rồi, con để dành được bao nhiêu tiền để xây nhà?

_____

4) Anh tính đi du lịch vòng quanh thế giới. Em có đi theo anh được không?

_____

5) Nhà hàng này có bao nhiêu chỗ ngồi nhỉ?

_____

6) Đại gia đình của chúng tôi có 12 thành viên, tôi muốn mua quà cho cả 12 người.

_____

7) Con càng lớn thì mẹ càng già.

_____

8) Buồn quá! Tôi càng thương nó thì nó càng ghét tôi.

_____

Luyện nghe 聽力練習　▶MP3-9.3

Hãy nghe nội dung của đoạn văn và lựa chọn đáp án đúng nhất.
（請聆聽文章內容，並選出最正確的答案。）

1)

□ A. ao cá □ B. nông thôn

□ C. công xưởng □ D. bệnh viện

2)

□ A. người thân và hàng xóm □ B. bạn thân và trưởng làng

□ C. bác sĩ và y tác □ D. công an và nhà nước

3)

□ A. cúng bái trời phật □ B. tạ ơn nuôi dưỡng của cha mẹ

□ C. cảm tạ sự giúp đỡ của hàng xóm □ D. lấy lòng của bác sĩ

Ngữ vựng 詞彙運用

1. Theo nội dung của bài đọc, hãy tìm từ phù hợp với các định nghĩa cho sẵn ở bên dưới.

（請根據課文內容，填選符合下方定義的詞彙。）

phát huy (1)	phép tắc (2)	lệ làng (3)
sở hữu (4)	duy trì (5)	ứng xử (6)
du nhập (7)	mai một (8)	lạc hậu (9)
kìm hãm (10)	bền vững (11)	bảo tồn (12)

1) Đi sau thời đại, không theo kịp sự phát triển và không thích hợp với hoàn cảnh mới

2) Dần dần không còn ai quan tâm tới

3) Thể hiện thái độ và lời nói phù hợp trong một hoàn cảnh cụ thể

4) Giữ cho một sự việc, trạng thái hay hành động tiếp tục tồn tại

5) Gìn giữ những cái thuộc về tự nhiên hay lịch sử

6) Làm cho cái hay, cái tốt tiếp tục phát triển hơn

7) Các yếu tố, các hiện tượng từ nước ngoài vào

8) Những quy định phải tuân theo

9) Giữ một hành động hay sự vật được chắc chắn và bền lâu

10) Phép tắc phải tuân theo của một làng xã

11) Quyền được sử dụng của cải, vật chất

12) Ngăn chặn, không có tiến triển (tài năng, kinh tế)

2. Hãy điền vào chỗ trống với các từ ở trên.

（請將上方適當的詞語，填入下方的空格中。）

phát huy	phép tắc	sở hữu	duy trì
ứng xử	du nhập	mai một	lạc hậu
kìm hãm	bền vững	bảo tồn	

1) Tài năng sẽ bị _____ nếu chúng ta không biết cách phát triển bản thân.

2) Việt Nam biết cách để _____ thế mạnh của du lịch biển.

3) Mục tiêu của một doanh nghiệp là phát triển _____ trong 10 năm nữa.

4) Làm sao để bảo tồn được văn hóa truyền thống mà không làm_____ sự phát triển của kinh tế đất nước.

5) Ai cũng thích cách _____ khôn khéo của cô ấy.

6) Tập thể dục để _____ sức khỏe tốt.

7) Phật giáo _____ vào Việt Nam từ thời phong kiến.

8) Hiện nay, nhiều vùng quê ở Việt Nam vẫn có những phong tục _____ như trọng nam kinh nữ.

9) Phát triển du lịch phải đi cùng với việc_____ thiên nhiên.

10) Gia đình truyền thống thường có nhiều _____với những "gia lễ" mà các thành viên cần phải tuân thủ theo.

11) Anh ta giàu vì _____ nhiều tài sản đất đai của ông bà và cha mẹ để lại.

Luyện viết 寫作練習

---

1. Hãy sử dụng cấu trúc "ngay cả + danh từ + cũng + động từ" để viết lại câu, có thể loại bỏ một số từ. Chú ý những cụm từ được gạch chân.
（請用文法「**ngay cả** ＋名詞＋ **cũng** ＋動詞」改寫下方各句，可視情況刪去部分字彙。請注意劃底線之詞語。）

VD. Bài tập này khá khó. <u>Cô giáo</u> không biết giải thích thế nào.

→ ***Ngay cả*** cô giáo ***cũng*** không biết giải thích bài tập này thế nào.

1) Trong bữa tiệc liên hoan tối nay, sinh viên và <u>giáo sư</u> đều đứng lên hát karaoke.

   _____

2) Đa phần người Việt Nam đều biết pha nước mắm. <u>Người nước ngoài</u> cũng biết pha nước mắm.

   _____

3) Bình thường tôi chỉ thích ăn món Việt Nam. Hôm nay tôi thích ăn <u>món Tây</u>.

   _____

4) <u>Em trai tôi</u> rất dũng cảm nhưng tối nay lại khóc vì sợ ma.

   _____

5) Ngày hội làng, thanh niên tới họp, <u>các cụ già</u> tới họp.

   _____

6) Giới người giàu thích hưởng thụ cuộc sống. <u>Người nghèo</u> cũng muốn hưởng thụ cuộc sống.

   _____

7) <u>Minh và An</u> từng là một cặp "thanh mai trúc mã" nhưng họ sắp chia tay, để lại nhiều nuối tiếc cho mọi người.

_____

8) Thời tiết thay đổi thất thường, người già và trẻ em dễ bị cảm. <u>Người trẻ khỏe</u> cũng bị cảm.

_____

2. Hãy dùng cụm từ "quả thật/ quả thực" để hoàn thành mẫu hội thoại.

（請用「**quả thật/ quả thực**」完成對話。）

VD. A: Hôm nay là ngày lễ Tình nhân đấy. Anh không tặng quà cho em à?

→ B. Thật lòng xin lỗi em nhé. Anh quả thật rất bận nên quên mất. Được rồi, xíu nữa anh mua hoa tặng em nhé.

1) Ngày hôm nay thật xui xẻo. Tôi đánh rơi tiền trên đường đến công ty.

_____

2) Anh có biết cái Mai đã lấy chồng rồi không?

_____

3) Em đánh giá môi trường học tập ở trường Đại học Chính Trị thế nào?

_____

4) Sau khi xem phim Hàn Quốc, em khóc rất nhiều là vì sao?

_____

5) Ai cũng nói bãi biển Nha Trang rất đẹp.

_____

6) Mẹ đã vui trở lại khi nhìn thấy chúng tôi trưởng thành và có công việc ổn định.

_____

7) Tôi nghe nói Vân Anh đã xin được học bổng của Chính phủ Việt Nam sang Anh du học.

_____

8) Tôi không hiểu tại sao nhiều người châu Á lại thích có được quốc tịch Mỹ?

_____

3. Hãy dùng "kể cả" để hoàn thành các câu sau đây.
（請用「**kể cả**」完成句子。）

1) Phim nào tôi cũng thích xem, _____

2) Chuyện ấy cả trường ai cũng biết, _____

3) Anh ấy biết chơi nhiều môn thể thao, _____

4) Cô ấy mời tất cả mọi người tới dự tiệc sinh nhật của cô ấy,_____

_____

5) Thế nào họ cũng đến, _____

6) Anh ta đã xấu người lại còn xấu tính, không ai chịu nổi tính của anh ta,

_____

7) Để kịp tiến độ dự án, tôi phải làm việc ngày đêm mà không có thời gian để nghỉ ngơi, _____

8) Cô ấy là cô gái dũng cảm, không bao giờ gục ngã _____

_____

4. Hãy đặt câu với các từ cho sẵn sau đây.

（請用下列詞語及文法造句。）

(1) gắn bó, (2) phát huy, (3) sức mạnh, (4) nông thôn,

(5) làng xã, (6) tình làng nghĩa xóm, (7) ứng xử, (8) tục lệ và tập quán,

(9) giá trị cốt lõi, (10) sở hữu, (11) duy trì, (12) coi trọng,

(13) du nhập, (14) mai một, (15) tiếp thu, (16) kìm hãm

_____

_____

_____

_____

_____

_____

_____

_____

_____

5. Bài tập đánh máy: Hãy viết về văn hóa làng xã ở nông thôn Đài Loan.

（打字練習：請寫一則短文，介紹臺灣農村的鄉村文化。）

Sau một năm làm việc vất vả thì cũng đến kỳ nghỉ tết mà nhà nhà luôn mong đợi. Đó là lúc mà mọi người có thể nghỉ ngơi sau một năm nhọc nhằn và cũng là lúc mà ai ai xa xứ cũng muốn về tề tựu với những người thân yêu ở quê hương mình.

Quê tôi ở vùng Tây Nam bộ, một tỉnh xa xôi tiếp giáp với Campuchia. Trên đường về quê, chào đón tôi về làng là các cô bé, cậu bé đang dắt trâu ở trên cánh đồng lúa vàng thẳng tắp. Trong một quang cảnh yên bình như thế với những ngọn gió mát hiu hiu, lòng tôi xuyến xao vô cùng. Nhìn xa xa, đâu đó thấy một hình bóng quen thuộc, chợt nhận ra đó không ai khác, chính là người bà yêu dấu đã chăm sóc tôi từ lúc tôi vẫn còn đỏ hỏn cho đến khi trưởng thành. Tôi lập tức thả chân trần, chạy xuống ruộng ôm hôn bà, rồi hai bà cháu cùng về nhà trong niềm hạnh phúc hân hoan, thật khó tả. Vườn tre quanh nhà vẫn xanh, ao cá cạnh nhà vẫn trong suốt nhưng khuôn mặt của ông bà tôi thì đã xuất hiện nhiều nếp nhăn. Họ trông già hơn rất nhiều, phải chăng là vì nỗi nhớ nhung, vất vả và lo lắng cho con cháu? Không biết rằng sự xuất hiện của tôi có phải là liều thuốc hữu hiệu để chữa trị cho căn bệnh nhớ nhung của họ hay không mà thấy nụ cười của họ luôn tỏa ra rạng ngời. Điều mà khi về quê làm tôi không thể quên được là gặp lại bà con dòng họ, những hàng xóm láng giềng tốt bụng, họ từng chở tôi lên bệnh viện huyện khám bệnh khi tôi gặp phải những cơn sốt cao. Những người bạn đồng trang lứa trong dịp tết cũng đã trở về xôm tụ với gia đình. Chúng tôi không bao giờ quên được những kỷ niệm của tuổi thơ. Hồi nhỏ, chúng tôi thích rong ruổi quanh con đê rộng mênh mang, lúc chạy mỏi nhừ đôi chân thì cả bọn nằm lăn xoài ra bãi cỏ xanh rồi kể chuyện trên trời dưới đất.

Hết kỳ nghỉ tết, cũng là lúc tôi phải tạm biệt người thân, trở về nơi thành thị để tiếp tục cuộc hành trình kiếm sống mưu sinh. Dù xa quê hương nhiều năm nhưng những hình ảnh đồng làng đó vẫn luôn in sâu trong trí nhớ của tôi. Đó là ký ức đẹp đẽ trong suốt quá trình trưởng thành của tôi, là dòng sông tươi mát, là một nỗi nhớ ngọt ngào như những viên kẹo. Bởi lẽ, cố hương là nơi mà ai đi xa cũng nhớ đến và mong đợi ngày trở về.

(Dựa theo bài viết của tác giả Ngô Gia Thừa)

1. Hãy dựa vào nội dung của bài đọc, trả lời các câu hỏi sau đây.
（請根據文章內容，回答下列問題。）

1) Tại sao mọi người lại mong đợi để được về quê vào kỳ nghỉ tết?

_____

_____

_____

2) Trên đường về quê, tác giả nhìn thấy ai đầu tiên? Trong một quang cảnh như thế nào?

_____

_____

_____

3) Tác giả đã đi thăm những ai ?

_____

_____

_____

4) Có những điều gì vẫn như xưa và những điều gì đã thay đổi?

_____

_____

_____

5) Tại sao tác giả lại phải rời quê hương sau kỳ tết?

_____

_____

_____

2. Hãy chọn một đáp án đúng nhất theo nội dung bài đọc.
（請根據文章內容，勾選最正確的答案。）

1) Tác giả về quê vào dịp vào?

☐ A. tết Đoan ngọ

☐ B. tuần trăng mật

☐ C. kỳ nghỉ tết Nguyên đán

☐ D. Tết Thanh minh

2) Trên đường về quê, người đầu tiên mà tác giả gặp được là ai?

☐ A. ông của tác giả

☐ B. bà của tác giả

☐ C. ba của tác giả

☐ D. các cô bé cậu bé đang đi chăn trâu

3) Hàng xóm đã giúp đỡ tác giả như thế nào?

☐ A. rong ruổi quanh con đê rộng mênh mang

☐ B. thả chân trần chạy xuống ruộng chào và ôm hôn anh ta

☐ C. chăm sóc từ lúc tác giả còn bé

☐ D. chở anh ấy lên bệnh viện huyện khi anh ấy gặp phải cơn sốt nặng

4) Tác giả bây giờ đang sinh sống ở đâu?

☐ A. con đê

☐ B. Tây Nam bộ

☐ C. chốn thôn quê

☐ D. thành thị

5) Với tác giả, quê hương là nơi:

☐ A. ai đi xa cũng nhớ đến

☐ B. ngọt ngào với nhiều bánh kẹo

☐ C. có nhiều dòng sông để mưu sinh

☐ D. để lập nghiệp

6) Câu nào dưới đây là ĐÚNG?

☐ A. Tác giả nói về công việc của mình.

☐ B. Người thân của tác giả vẫn trẻ trung như ngày nào.

☐ C. Những người bạn đồng trang lứa của anh cũng về quê vào dịp tết.

☐ D. Quê hương của anh thường có thiên tai, lũ lụt.

Bài 10
Đô thị hóa

都市化

Ý kiến cá nhân 個人意見

1. *Theo bạn, có những sự khác biệt lớn nào giữa cuộc sống của người dân ở vùng thành thị và nông thôn?*

2. *Đài Loan bắt đầu quá trình "**đô thị hóa**" từ khi nào? Hiện nay, quá trình này đã hoàn thành hay vẫn tiếp tục diễn ra?*

3. *Hãy trình bày cảm nghĩ của bản thân em về quá trình "**đô thị hóa**" ở Đài Loan và ảnh hưởng của nó tới đời sống của người dân.*

Bài Đọc 課文   ▶MP3-10.1

    Khi nhắc đến Việt Nam, người ta sẽ nghĩ ngay tới một Hà Nội thâm trầm và cổ kính, còn Thành phố Hồ Chí Minh thì phồn hoa và nhộn nhịp. Đây là hai thành phố duy nhất được xếp loại đô thị đặc biệt, việc này do Thủ tướng ra quyết định công nhận và cho phép hưởng một số ngân sách đặc thù. Họ luôn đi đầu cả nước ***về mặt*** kinh tế, tài chính, văn hoá, y tế, giáo dục, khoa học, v.v...

    Chiến tranh ***cùng với*** thời kỳ ***Kinh tế bao cấp*** đã ***làm cho*** Việt Nam bị thụt lùi so với khu vực. Sau khi định hướng lại, cả nước Việt Nam bước vào thời kỳ "***Đổi mới***" (1986-2006), quá trình đô thị ***hoá*** dần được đẩy mạnh. Khi mà Thủ đô Hà Nội bắt đầu mở cửa hội nhập thì những toà cao ốc, khu đô thị mới đua nhau mọc lên, các dự án xây dựng được thực hiện liên tục. Người nhập cư đến từ nhiều vùng quê khác nhau đổ về Hà Nội ngày một đông. Họ

rời khỏi vùng nông thôn nghèo để tìm cho bản thân và gia đình một tương lai tốt đẹp và đầy đủ hơn. Sài Gòn thì giữ vai trò trung tâm kinh tế lớn nhất cả nước, phát triển tích cực theo hướng công nghiệp và xuất khẩu. Các dự án cao tốc được mở rộng và nâng cấp để tạo điều kiện thuận lợi cho các địa phương nơi có tuyến đường đi qua trong việc kết nối, giao thương trong toàn vùng.

Thực tế cho thấy, đô thị hoá mang lại nhiều cơ hội làm ăn và sự thuận tiện cho cuộc sống của người dân, nhưng nó cũng khiến cho dân cư tại Hà Nội và Thành phố Hồ Chí Minh tăng quá nhanh, không quản lí *xuể*. Tình trạng ùn tắc giao thông và vấn đề ô nhiễm là đáng lo ngại. **Dù** sớm hay muộn thì các khu công nghiệp **cũng** cần phải di dời bớt sang các vùng lân cận, nhằm giảm áp lực lên 2 thành phố hiện đang bị quá tải này.

Đọc hiểu 課文理解

1. Hãy dựa vào nội dung của bài đọc, trả lời các câu hỏi sau đây.

（請閱讀課文內容，並回答下列問題。）

1) Hai thành phố nào được quan tâm nhất ở Việt Nam?

2) Hà Nội được mô tả thế nào?

3) Thành phố Hồ Chí Minh được mô tả thế nào?

4) Ai là người có quyền ra quyết định công nhận đô thị đặc biệt?

5) Điều gì đã khiến cho Việt Nam bị lạc hậu so với các nước khác trong khu vực?

6) Tại sao người dân từ các vùng quê lại đổ về thành phố lớn ngày một đông?

7) Ưu điểm và nhược điểm của quá trình đô thị hóa?

8) Trong bài đọc này, có đề xuất gì để giải quyết những vấn đề tại hai thành phố đô thị đặc biệt này?

2. Hãy chọn những câu có ý nghĩa phù hợp nhất với các đoạn văn trên.

（請選填最符合每一個段落內容的句子。）

1) Hà Nội và Thành phố Hồ Chí Minh mang hai dáng vẻ hoàn toàn khác nhau.

2) Cách giải quyết khó khăn hậu quá trình đô thị hóa.

3) Sự thay đổi của Hà Nội và Thành phố Hồ Chí Minh.

4) Hà Nội và Thành phố Hồ Chí Minh là hai đô thị đặc biệt của Việt Nam.

5) Quá trình đô thị hóa của Hà Nội và Thành phố Hồ Chí Minh.

6) Cơ hội và thách thức của quá trình đô thị hóa.

❖Đoạn văn 1: _____

❖Đoạn văn 2: _____

❖Đoạn văn 3: _____

3. Hãy chọn một đáp án đúng nhất theo nội dung của bài đọc.
（請依照課文內容，勾選正確答案。）

1) Nội dung chính của cả đoạn văn chủ yếu nói về?

☐ A. Vẻ đẹp của Thủ đô Hà Nội và Thành phố Hồ Chí Minh

☐ B. Quá trình phát triển kinh tế của hai thành phố đô thị đặc biệt này

☐ C. Quá trình và tình trạng đô thị hóa ở Hà Nội và Thành phố Hồ Chí Minh

☐ D. Những vấn nạn tại Hà Nội và Thành phố Hồ Chí Minh

2) Câu "**Chiến tranh cùng với thời kỳ bao cấp…Việt Nam bị thụt lùi so với khu vực**" là nói về?

☐ A. Thì quá khứ

☐ B. Thì hiện tại

☐ C. Thì tương lai

☐ D. Cả A và B đúng

3) Câu "**Những tòa cao ốc,…đua nhau mọc lên**" có nghĩa là:

☐ A. Ngày càng có nhiều tòa nhà cao tầng

☐ B. Các tòa cao ốc ngày càng cao hơn

☐ C. A/ B đúng

☐ D. A/ B sai

4) Câu nào **KHÔNG** có trong nội dung của bài đọc?

☐ A. Hà Nội và Thành phố Hồ Chí Minh dẫn đầu cả nước trong nhiều lĩnh vực

☐ B. Người nhập cư đến hai thành phố này ngày càng đông

☐ C. Cơ hội làm ăn để cải thiện cuộc sống của người dân

☐ D. Giảm áp lực khi công việc đang bị quá tải

192

thâm trầm	深沉、沉穩內斂、深邃	đua nhau	相競、相互競爭、比賽
cổ kính	古色古香	mọc lên	（如雨後春筍般）冒出、長出來
phồn hoa	繁華	dự án	計畫、方案
nhộn nhịp	喧囂、熱鬧	nhập cư	移居、移民
Thủ tướng	首相	nâng cấp	提升、升級
công nhận	公認	giao thương	貿易
ngân sách đặc thù	特別預算	dân cư	居民
chiến tranh	戰爭	ùn tắc	壅塞
thời kỳ bao cấp	計畫經濟時期	ô nhiễm	汙染
thụt lùi	後退、衰退	di dời	（使）搬遷、遷移
định hướng	確立方向、走向	bớt	減少、一點
hội nhập	融合、整合	vùng lân cận	附近地區
đẩy mạnh	推動	quá tải	超載
toà cao ốc	高樓大廈		

Từ mới 生詞　MP3-10.2

Ngữ pháp 文法

1. **dù/ dầu/ dẫu...thì...cũng: Cấu trúc dùng để khẳng định sự việc vẫn diễn ra ngay cả trong điều kiện không thuận lợi như đã được đề cập trước đó.**

（**dù/ dầu/ dẫu...thì...cũng**：用於肯定某件事情就連在先前提及的不利條件之下仍然發生。意即「即使／雖然／無論……仍然／也……」。）

> **dù/ dầu/ dẫu...thì** ＋人稱代名詞／名詞＋ **cũng...**

Ví dụ

- **Dẫu có** mưa **thì** chúng ta **cũng** phải đi.
  即便下雨我們也要去。

- **Dù** sớm hay muộn **thì** dân cư **cũng** cần phải được di dời bớt sang các vùng lân cận.
  （不論）遲早居民都要被搬遷到其他鄰近的區域。

2. **về mặt: Giới từ, dùng để nhấn mạnh lĩnh vực cần đề cập tới.**

（**về mặt**：介係詞，用來強調要提及的領域，意即「在……方面」。）

Ví dụ

- **Về mặt** kinh tế
  在經濟方面

- Việt Nam mạnh **về mặt** nhân lực dồi dào.
  越南在人力充沛方面佔優勢。

3. **Danh từ + hóa:**

（名詞＋ **hóa**：「……化」。）

Ví dụ

- Hệ thống **hóa**, công nghiệp **hóa** hiện đại hóa đất nước, kinh tế **hóa**…
  系統化、現代國家工業化、經濟化……。

4. xuể: trạng từ, thường đứng sau động từ trong câu phủ định. Dùng để biểu thị ý "không thể hoàn thành hay thực hiện điều gì đó vì số lượng/ khối lượng của công việc quá nhiều".

（**xuể**：副詞，常置於否定句的動詞之後。用來表示由於工作的數量或分量過多而無法完成完成或執行。意即「……不完」。）

> 動詞＋ **không xuể**
> **Không** ＋動詞＋ **xuể**

Ví dụ

- Nhiều việc quá, tôi làm không **xuể**.
  工作太多了，我做不完。

- Nhiều vấn đề quá, không thể quản lý **xuể**.
  太多問題了，處理不完。

5. A cùng với B làm cho C: cấu trúc nhấn mạnh sự liên hợp của A và B là nguyên nhân hay điều kiện để tạo ra C

（**A cùng với B làm cho C**：用來表示 A 與 B 之間的結合，是造成 C 的原因或條件之文法。意即「……與／和／及……（連帶）造成／影響……」。）

Ví dụ

- Chiến tranh **cùng với** thời kỳ kinh tế bao cấp **làm cho** Việt Nam thụt lùi so với khu vực.
  戰爭和計畫經濟時期，造成越南相較於東南亞區域（的其他國家）經濟落後。

- Dân số tăng nhanh **cùng với** quá trình công nghiệp hóa **làm cho** môi trường bị ô nhiễm nặng.
  人口增加和工業化過程造成環境汙染。

Luyện nói 口說練習

Hãy dùng trạng từ "xuể" và các cụm từ gợi ý cho sẵn để hoàn thành mẫu hội thoại theo mẫu.

（請依照範例，用副詞「**xuể**」及每題提供之提示來完成對話。）

VD. Dịch xong bản hợp đồng

→ A: Em giúp chị dịch xong bản hợp đồng này trong sáng nay, được không?

B: Chịu thôi. Em dịch không **xuể** đâu. Em còn nhiều việc phải làm lắm.

1) Trả lời hết câu hỏi của khách hàng

A: _____

B: _____

2) Làm báo cáo tiến độ công việc

A: _____

B: _____

3) Ăn hết chỗ thức ăn này

A: _____

B: _____

4) Dọn dẹp nhà cửa

A: _____

B: _____

5) Giao 50 suất cơm hộp cho khách

A: _____

B: _____

6) Rửa chén bát

   A: _____

   B: _____

7) Nhớ hết tên những người tham gia bữa tiệc tối nay

   A: _____

   B: _____

8) Chính phủ quản lý dân nhập cư từ các vùng nông thôn đến Hà Nội

   A: _____

   B: _____

Luyện nghe 聽力練習   ▶MP3-10.3

Hãy nghe nội dung của đoạn văn và lựa chọn đáp án đúng nhất.
（請聆聽文章內容，並選出最正確的答案。）

1)

☐ A. 1985   ☐ B. 1986

☐ C. 1987   ☐ D. 1988

2)

☐ A. ô nhiễm bầu không khí   ☐ B. ô nhiễm đại dương

☐ C. ô nhiễm chất phóng xạ   ☐ D. ô nhiễm chất thải y tế

3)

☐ A. nhiều cơ hội tìm việc   ☐ B. nhiều xe máy

☐ C. thuận lợi trong đi lại   ☐ D. ùn tắc giao thông

Ngữ vựng 詞彙運用

1. Theo nội dung của bài đọc, hãy tìm từ phù hợp với các định nghĩa cho sẵn ở bên dưới.

（請根據課文內容，選填符合下方定義之詞彙。）

thâm trầm (1)	cổ kính (2)	nhộn nhịp(3)	đặc thù (4)
thời bao cấp (5)	thụt lùi (6)	đẩy mạnh (7)	mọc lên (8)
nâng cấp (9)	giao thương (10)	ô nhiễm (11)	quá tải (12)

1) Quá mức, quá sức cho phép

2) Cái gì đó đặc biệt, khác với những cái khác

3) Rất sâu sắc, không nhìn bằng bề ngoài được

4) Làm cho cái gì đó phát triển nhanh và mạnh

5) Cái gì được tạo ra và phát triển nhanh chóng

6) Có sự giao lưu và mua bán

7) Đông người và vui

8) Có quá nhiều chất bẩn gây ra độc hại

9) Kém hơn so với trước đó

10) Rất lâu đời (cổ xưa)

11) Cải thiện, trang bị thêm để nâng cao chất lượng

12) Là thời kỳ mà nhà nước phân phát cho cán bộ, người dân mà không có yêu cầu gì

2. Hãy điền từ thích hợp vào chỗ trống.

（請將適當詞語填入下方空格。）

1) **Nhập cư/ dân cư**

— Ở Mỹ, hiện nay có rất nhiều người _____ bất hợp pháp.

— Khu vực trung tâm thành phố có đông _____ sinh sống.

2) **Thành phố/ thành thị**

— Hồ Chí Minh xứng đáng là _____ mang tên Bác Hồ.

— Cuộc sống _____ khác nhiều với cuộc sống ở nông thôn.

3) **Thừa nhận/ công nhận**

— Sếp _____ lỗi sai của mình và hứa sẽ cải thiện.

— Em ấy được _____ là sinh viên xuất sắc của khoa.

4) **Đặc biệt/ đặc thù**

— Tôi dành sự quan tâm _____ cho em ấy.

— Chính phủ cần coi trọng những ngành công nghiệp _____.

Luyện viết 寫作練習

1. **Hãy dùng cấu trúc "dù/ dầu/ dẫu...thì...cũng..." để hoàn thành câu.**

（請用文法「**dù/ dầu/ dẫu...thì...cũng...**」完成句子。）

1) Dẫu có mệt mỏi thì cô ấy cũng _____

2) Dù con đường phía trước có nhiều gian khổ thì tôi cũng _____

3) Dẫu cuộc sống có nhiều khó khăn thì em ấy cũng _____

4) Dù tôi có rời khỏi đây thì mọi người cũng _____

5) Dẫu có uống thuốc tốt đến đâu thì ông tôi cũng _____

6) Dù là giám đốc công ty thì ông ta cũng _____

7) Dẫu có nhiều tiền đi chăng nữa thì ai đó cũng _____

8) Dẫu có thất bại nhiều lần thì tôi cũng _____

2. **Hãy dùng "xuể" hoặc "nổi" hoặc "được" để hoàn thành các câu sau đây.**

（請用「**xuể**」或「**nổi**」或「**được**」完成下列各句。）

1) Trời ơi, bài toán này khó quá! Tôi làm không _____

2) Nhiều tiền thế. Chúng tôi đếm không _____

3) Tôi đau đầu quá, ngủ không _____

4) Kỳ học này nhiều báo cáo quá, tôi làm không _____

5) Quán cà phê hôm nay đông người thế này. Nhân viên phục vụ không __

   _____

6) Bạn gái tôi hay giận. Tôi chịu không _____

7) Đường còn dài như vầy, tôi đi không _____

8) Uống bia chung với họ nhưng tửu lượng của tôi kém, tôi sợ uống không

   _____

3. Hãy dùng cấu trúc câu "A cùng với B làm cho C" để viết lại câu.
（請用文法「**A cùng với B làm cho C**」改寫下列各句。）

1) Sự nỗ lực/ sự may mắn/ sự nghiệp của anh ấy được thuận lợi hơn

   _____

2) Thời tiết thay đổi/ áp lực công việc/ cô ấy cảm thấy khó chịu

   _____

   _____

3) Làm ăn thua lỗ/ gia đình không hạnh phúc/ anh ta trở thành một con người khác hoàn toàn

   _____

   _____

4) Vợ chồng đoàn kết/ công việc ổn định/ gia đình hạnh phúc

   _____

   _____

5) Môi trường học tập tốt/ cô giáo nhiệt tình và bạn bè giúp đỡ/ tôi có thêm động lực để học tiếng Việt

   _____

   _____

6) Ý thức của người tham gia giao thông kém/ phố xá chật hẹp/ giao thông bị ùn tắc

_____

_____

7) Hậu quả của chiến tranh/ tình trạng tham ô của giới lãnh đạo/ kinh tế chậm phát triển

_____

_____

8) Giá nhà đất tăng nhanh/ chi phí đắt đỏ/ nhiều người không mua nổi nhà

_____

_____

4. Hãy đặt câu với các từ cho sẵn sau đây.

（請用下列詞語及文法造句。）

(1) thâm trầm, (2) cổ kính, (3) đô thị đặc biệt, (4) công nhận,

(5) ngân sách đặc thù, (6) cùng với…làm cho…, (7) thụt lùi,

(8) đẩy mạnh, (9) mọc lên, (10) quá tải

_____

_____

_____

_____

_____

_____

_____

_____

_____

_____

_____

_____

_____

5. **Bài tập đánh máy: Hãy viết về nguyên nhân và tác động của quá trình đô thị hóa ở Đài Loan.**

（打字練習：請寫臺灣都市化過程的原因及所帶來的影響。）

Hà Nội và Thành phố Hồ Chí Minh (Sài Gòn) đều được xếp loại đô thị đặc biệt. Những nơi này được hưởng quy chế về ngân sách và tài chính đặc thù nhằm thực hiện vai trò trung tâm chính trị - kinh tế- xã hội của khu vực và cả nước.

Đến với thành phố mang tên Bác, bạn nên tới thăm Dinh Độc Lập, trước kia là nơi ở và làm việc của Tổng thống Việt Nam Cộng hòa. Hoặc ghé địa đạo Củ Chi, hệ thống phòng thủ dưới lòng đất của quân dân Việt Nam thời bom đạn. Nếu như phố đi bộ Nguyễn Huệ ngập cờ hoa mỗi dịp cuối tuần, lễ hội thì người ta thừa nhận rằng Bùi Viện sau 10 giờ tối mới là địa điểm vàng của sự tụ họp, giao lưu và giải trí. Cách đó không xa, đường Đồng Khởi luôn nổi bật khi tập trung nhiều biểu tượng của thành phố và những nhà hàng khách sạn sang trọng. Bưu điện trung tâm nằm trong số đó. Về mặt kiến trúc, *nó cổ kính mà tráng lệ*, cầu kỳ mà tinh xảo. Tại đây du khách có thể chọn cho mình những món quà lưu niệm độc đáo.

Hà Nội là thủ đô văn hóa - chính trị. Còn Sài Gòn thì gần như ngược lại, là trung tâm kinh tế tài chính. Cũng do Sài Gòn đô thị hóa nhanh và mạnh nên hạ tầng bị quá tải, ô nhiễm, ngập nước...kéo theo các vấn đề về y tế, giao thông gặp không ít trở ngại. Sau này, Sài Gòn đặt mục tiêu trở thành *đô thị thông minh*, hiện đại và bền vững, đó hoàn toàn là một tương lai đẹp có thể thực hiện được.

1. Hãy dựa vào nội dung của bài đọc, trả lời các câu hỏi sau đây.
（請根據文章內容，回答下列問題。）

1) Tại sao Hà Nội và Thành phố Hồ Chí Minh được hưởng quy chế đặc biệt?

_____

_____

2) Những địa điểm tham quan nào ở Thành phố Hồ Chí Minh mà du khách không thể bỏ qua?

_____

_____

_____

_____

3) Sài Gòn hướng tới mục tiêu gì trong tương lai?

_____

_____

_____

_____

2. Hãy chọn một đáp án đúng nhất theo nội dung của bài đọc.
（請根據文章內容，勾選出最正確答案。）

1) Câu nào có nội dung đúng nhất khi viết về đoạn văn thứ nhất?

   ☐ A. Hà Nội và Thành phố Hồ Chí Minh là hai đô thị đặc biệt.

   ☐ B. Hà Nội và Thành phố Hồ Chí Minh luôn đặc biệt ở cả nước.

   ☐ C. Hà Nội và thành phố Hồ Chí Minh đặc biệt vì là đặc thù.

   ☐ D. Hà Nội và thành phố Hồ Chí Minh đều có trung tâm mua sắm.

2) Ý chính của đoạn văn thứ hai là:

   ☐ A. Dinh Độc Lập là nơi làm việc của Tổng thống Việt Nam Cộng Hòa.

   ☐ B. Địa đạo Củ Chi là hệ thống phòng thủ của quân dân Việt Nam.

   ☐ C. Những địa điểm du lịch nổi tiếng ở Thành phố Hồ Chí Minh.

   ☐ D. Những địa điểm ăn chơi ở thành phố Hồ Chí Minh.

3) Đoạn 2 có câu " *nó cổ kính mà tráng lệ*" có nghĩa là gì?

   ☐ A. Sài Gòn trông vừa cổ điển vừa phồn hoa.

   ☐ B. Sài Gòn trông cổ xưa và truyền thống.

   ☐ C. Sài Gòn trông cổ điển và chật chội.

   ☐ D. Sài Gòn trông cổ xưa và mát mẻ.

4) Ý chính của đoạn 3 là:

   ☐ A. Hà Nội và Sài Gòn là hai thành phố hoàn toàn giống nhau.

   ☐ B. Sài Gòn hoàn toàn ngược lại với Hà Nội.

   ☐ C. Thực trạng và mục tiêu cho tương lai của Sài Gòn.

   ☐ D. Sài Gòn là đô thị thông minh.

5) Cụm từ "*đô thị thông minh*" có nghĩa là gì?

   ☐ A. Mô hình thành phố ứng dụng công nghệ thông tin

   ☐ B. Nâng cao tiêu chuẩn cuộc sống cho người dân

   ☐ C. Quản lý hiệu quả các nguồn lực và tài nguyên thiên nhiên

   ☐ D. Cả A/ B/ C đều đúng

Bài 11
Du lịch

旅遊

Ý kiến cá nhân 個人意見

1. *Bạn đã từng đi du lịch ở Việt Nam chưa? Bạn đã từng tìm hiểu về ngành du lịch Việt Nam chưa? Nếu có, hãy kể tên và chia sẻ cảm nghĩ của bản thân về những nơi đó.*
2. *Hãy kể tên về một vài địa điểm du lịch nổi tiếng ở Đài Loan.*

Bài Đọc 課文   ▶MP3-11.1

Trong những năm gần đây, Việt Nam lọt vào top 10 điểm đến du lịch phát triển nhanh nhất thế giới. Tốc độ tăng trưởng về lượng khách quốc tế với những kết quả rất **đáng** tự hào. Hàng năm, các khu du lịch nổi tiếng đón hàng chục triệu khách quốc tế lẫn nội địa. Việt Nam đầu tư mạnh vào du lịch, bởi **muốn** thu được lợi nhuận **thì phải** bỏ vốn đầu tư. Ngành này tạo việc làm cho hàng triệu người dân, đóng góp một phần lớn vào GDP quốc gia (tổng sản phẩm nội địa). Ngành du lịch Việt Nam thu hút nhiều khách quốc tế là do có nhiều danh lam thắng cảnh đẹp và ẩm thực phong phú. Ngoài ra, chi phí để trải nghiệm một kỳ nghỉ ở đây thường rẻ hơn một số nước khác trong khu vực Đông Nam Á.

Bất cứ người **nào** khi đi du lịch **cũng** mong muốn được tận hưởng nhiều điều hay và mới lạ. Trong **thời buổi** hội nhập như hiện nay, để thành công trong ngành này, ngành du lịch Việt Nam phải **bắt kịp xu hướng**, đưa ra được những giải pháp khả thi và thiết thực, có tính đột phá để nâng cao năng lực cạnh tranh và hội nhập quốc tế nhằm phục vụ tốt nhất cho du khách.

Tuy nhiên, cũng cần nghiêm túc nhìn nhận rằng ngành du lịch Việt Nam còn tồn tại nhiều hạn chế và ***bất cập***. Nguồn tài nguyên thiên nhiên và nền văn hoá dân tộc đa dạng nhưng chưa được khai thác một cách hiệu quả. Đội ngũ hướng dẫn viên cần được trau dồi kiến thức về ngoại ngữ, lịch sử và văn hoá. Phát triển du lịch còn phải đi liền với việc xây dựng cơ sở hạ tầng hợp lý và một chiến lược quảng bá đúng đắn. Chắc chắn du khách sẽ hài lòng hơn nếu đặt chân đến một đất nước mà giao thông an toàn, người dân thân thiện và hiếu khách.

Đọc hiểu 課文理解

1. Hãy dựa vào nội dung của bài đọc, trả lời các câu hỏi sau đây.

（請根據課文內容，回答下列問題。）

1) Ngành du lịch Việt Nam được đánh giá như thế nào?

2) Hàng năm các khu du lịch nổi tiếng của Việt Nam đón bao nhiêu khách du lịch tới tham quan?

3) Để thu được lợi nhuận, ngành du lịch Việt Nam cần làm gì?

4) Ký hiệu của "***tổng sản phẩm nội địa***" là gì?

5) Lý do khách du lịch quốc tế tới Việt Nam là gì?

6) Ngành du lịch Việt Nam cần làm gì để phục vụ tốt nhất cho du khách?

7) Những điểm yếu của ngành du lịch Việt Nam hiện nay là gì?

8) Mong đợi của du khách khi tới Việt Nam là gì?

2. Hãy chọn một đáp án đúng nhất theo nội dung bài đọc.

（請根據課文內容，勾選最正確的答案。）

1) Nội dung của đoạn văn thứ nhất đề cập tới:

☐ A. Việt Nam là một trong những nước có ngành du lịch phát triển nhanh nhất thế giới.

☐ B. Việt Nam thu hút khách quốc tế vì có nhiều cảnh đẹp và ẩm thực phong phú.

☐ C. Cả A và B đúng

☐ D. Cả A và B sai

2) Ý chính của đoạn văn thứ ba là:

☐ A. những hạn chế và bất cập của ngành du lịch Việt Nam

☐ B. thực trạng và những đề xuất cho ngành du lịch châu Á

☐ C. sự hài lòng của du khách

☐ D. người dân Việt Nam thân thiện và hiếu khách

3) Cụm từ "**bắt kịp xu hướng**" trong đoạn văn số hai có nghĩa là gì?

☐ A. không ngừng học hỏi để đạt được thành tựu mới

☐ B. luôn có kỹ năng để thành công

☐ C. luôn có xu hướng thời trang mới

☐ D. luôn theo kịp thế giới

4) Từ "**bắt cập**" trong đoạn cuối có nghĩa là:

☐ A. điều chưa phù hợp

☐ B. điều chưa đạt yêu cầu

☐ C. A/B đúng

☐ D. A/B sai

Từ mới 生詞			▶MP3-11.2
lọt	進（入）、掉進	cạnh tranh	競爭
tốc độ	速度	nghiêm túc	嚴肅、鄭重、認真
tăng trưởng	增長、成長	nhìn nhận	看待、正視、承認
tự hào	自豪	hạn chế	限制
đầu tư	投資	bất cập	不足（之處）
lợi nhuận	利潤	tài nguyên	資源
vốn/ nguồn vốn	資金／資金來源	thiên nhiên	天然
đóng góp	貢獻	khai thác	開發、開拓
danh lam thắng cảnh	風景名勝	đội ngũ	隊伍
trải nghiệm	體驗、經歷	hướng dẫn viên	導遊
tận hưởng	享受	trau dồi	提升、增進
mới lạ	新鮮、新奇	cơ sở hạ tầng	基礎建設
bắt kịp	跟上、趕上	chiến lược	策略
xu hướng	趨勢、潮流	quảng bá	推廣、宣傳
giải pháp	措施、解決辦法	hài lòng	滿意
khả thi	可行、可能的	hiếu khách	好客
thiết thực	實在、實際	đáp ứng	滿足
đột phá	突破	tiêu chí	標準

Ngữ pháp 文法

1. **muốn…thì phải…: Dùng để biểu tả cách để đạt tới một mục đích nào đó.**

（**muốn…thì phải…**：用來表達實現某種目標的方法。意即「想要……（就）必須……」。）

> muốn…thì phải…
> muốn…thì…phải…

Ví dụ

- Ở Việt Nam, **muốn** vào đại học **thì** học sinh **phải** thi tốt nghiệp trung học phổ thông.
  在越南，想要讀大學，學生必須高中畢業。

- Ngành du lịch **muốn** thu được lợi nhuận **thì phải** bỏ vốn đầu tư.
  觀光業想要獲得利潤，就必須投入資本。

2. **bất cứ…nào…cũng…: cấu trúc dùng để nhấn mạnh toàn bộ đặc điểm của một sự vật hoặc hành động.**

（**bất cứ…nào…cũng…**：用來強調某件事物或行為的全部特徵。意即「不論哪種／哪個／怎麼樣……都……」。）

> bất cứ…nào…cũng…

Ví dụ

- Mẹ tôi nấu **bất cứ** món ăn **nào**, tôi **cũng** thích.
  媽媽不論煮哪一道菜，我都喜歡。

- **Bất cứ** điều khoản **nào**, giám đốc **cũng** đã đọc qua.
  無論哪一個條款，主管都已經看過。

3. **thời buổi**: danh từ, kết hợp với những giới từ "này/ ấy/ ngày nay/ bây giờ" dùng để biểu thị ý một khoảng thời gian xảy ra những sự kiện đặc biệt.

（**thời buổi**：名詞，與「**này/ ấy/ ngày nay/ bây giờ**」結合，用來表示發生特定事件的一段時間。意即「（在）……（的）時期/時代/年代……。」。其中「**thời buổi này**」指的是「在這個時代」、「**thời buổi ấy**」指的是「在那個時代」、「**thời buổi ngày nay**」指的是「在現今」、「**thời buổi bây giờ**」指的是「在現代」。）

Ví dụ

- **Thời buổi** công nghệ số này, ai cũng biết dùng mạng xã hội.
  在這個數位化的時代，誰都會用網際網路。

- **Thời buổi** bây giờ, không có tiền và sức khỏe thì không làm gì được cả.
  在這個年代，沒有錢和健康就完全沒辦法做任何事情。

Luyện nói 口說練習

Hãy dùng cấu trúc "thời buổi + này/ ấy/ ngày nay/ bây giờ" và cụm từ gợi ý cho sẵn ở bên dưới để tạo câu và thực hành nói.
（請用文法「**thời buổi + này/ ấy/ ngày nay/ bây giờ**」及提示詞組造句，並進行口說練習。）

VD. Cung cấp dịch vụ tốt nhất cho khách hàng.

→ **Thời buổi ngày nay**, khách hàng là thượng đế nên cần có dịch vụ tốt nhất để phục vụ cho khách hàng.

1) Kiếm tiền khó khăn

   _____

2) Không có việc nào dễ mà lương cao

   _____

3) Bỏ qua những quan niệm bảo thủ và lạc hậu

   _____

4) Muốn kinh doanh thành công phải học hỏi kinh nghiệm

   _____

5) Thất nghiệp thì làm sao mà sống

   _____

6) Giới trẻ khó mà mua nổi nhà đất

   _____

7) Mạng xã hội giúp mọi người gần nhau hơn

   _____

8) Rất khó để tìm được người sống chân thật với mình

   _____

Luyện nghe 聽力練習   ▶MP3-11.3

Hãy nghe nội dung đoạn văn và lựa chọn đáp án đúng nhất.

（請聆聽文章內容，並選出最正確的答案。）

1)

☐ A. Việt Nam   ☐ B. Thái Lan

☐ C. Indonesia   ☐ D. Mỹ

2)

☐ A. Việt Nam   ☐ B. Thái Lan

☐ C. Indonesia   ☐ D. Mỹ

3)

☐ A. Mỹ   ☐ B. Thái Lan

☐ C. Indonesia   ☐ D. Việt Nam

Ngữ vựng 詞彙運用

1. **Theo nội dung của bài đọc, hãy tìm từ phù hợp với các định nghĩa cho sẵn ở bên dưới.**

（請根據課文內容，從下方找出最符合定義的詞語。）

Lọt (1)	Tốc độ (2)	Trải nghiệm (3)	Đáp ứng (4)
Khả thi (5)	Thiết thực (6)	Đột phá (7)	Khai thác (8)
Trau dồi (9)	Cơ sở hạ tầng (10)	Quảng bá (11)	Hiếu khách (12)

1) Toàn bộ hệ thống gồm: đường xá, nhà cửa, đường điện, v.v.
2) Marketing bằng các phương tiện khác nhau
3) Học hỏi để ngày càng hoàn thiện hơn
4) Đối xử tốt với khách
5) Nỗ lực để đạt được một vị trí nào đó
6) Có kinh nghiệm và trải qua những hoạt động, sự kiện khác nhau
7) Sự chuyển đổi nhanh hay chậm
8) Có khả năng thực hiện được điều gì
9) Thực tế và phù hợp với những yêu cầu
10) Tạo nên sự thay đổi mới và mạnh mẽ
11) Đáp lại yêu cầu của người khác
12) Phát hiện và sử dụng cái gì đó chưa được tận dụng

2. **Hãy điền từ vào chỗ trống.**

（請將適當的詞彙填入下方空格。）

1) **Hấp dẫn/ thu hút**
— Vấn đề này _____ được sự chú ý của dư luận.
— Món ăn này rất_____ du khách từ phương xa đến.

2) **Dịch vụ/ phục vụ**
— Ba tôi mở công ty thương mại và _____có trụ sở chính tại thành phố này.
— Bệnh viện này _____ bệnh nhân chu đáo, ai cũng hài lòng.

3) **Thời nay/ hiện nay**

— Con gái _____, nhiều người thích để tóc ngắn và kiểu cách. Con gái thời xưa thường thích mái tóc đen và dài.

— Ở những vùng nông thôn, tình hình đời sống _____ của người dân đã được cải thiện hơn nhiều.

4) **Đầu tiên/ trước hết**

— Ngày _____ đi học, thằng bé khóc rất nhiều.

— _____, tôi hoàn thành việc học tiến sĩ rồi mới tìm việc làm.

Luyện viết 寫作練習

1. Hãy sử dụng cấu trúc "muốn...thì...phải..." để hoàn thành câu.
（請用文法「**muốn...thì...phải...**」完成下列句子。）

1) Muốn học giỏi tiếng Việt thì _____

2) Muốn phát triển kinh tế thì _____

3) Muốn sức khỏe nhanh bình phục thì _____

4) Muốn dùng đúng ngữ pháp tiếng Việt thì _____

5) Muốn có một tương lai tốt đẹp thì _____

6) Muốn có dáng người đẹp thì _____

7) Muốn có mối quan hệ tốt với mọi người thì _____

8) Muốn được người khác tôn trọng thì _____

2. Hãy chuyển đổi các câu sau sang cấu trúc: "Bất cứ...nào... cũng...". Chú ý có thể lược bỏ hoặc thêm vài từ.
（請將以下句子，轉換成含有「**Bất cứ...nào...cũng...**」文法的句子。注意：可以刪減或增加一些詞彙。）

VD. Anh ấy đã giải quyết xong mọi rắc rối.

→ **Bất cứ** rắc rối **nào**, anh ấy **cũng** giải quyết xong.

1) Tất cả các sinh viên của tôi đều giỏi tiếng Việt.

_____

2) Sếp không đồng ý với tất cả các phương án mà chúng tôi đưa ra.

_____

3) Toàn bộ cán bộ trong công ty này đều là người Đài Loan.

_____

4) Tất cả mọi vất vả mẹ đều trải qua.

_____

5) Tất cả các ngày trong tuần tôi đều bận.

_____

6) Như mọi ngày, mẹ đều thức dậy sớm để nấu đồ ăn sáng cho chúng tôi.

_____

7) Cô ấy luôn lạc quan mọi lúc mọi nơi.

_____

8) Tôi thích tất cả các bộ phim do cô ấy đóng.

_____

3. Hãy đặt câu với các từ cho sẵn sau đây.

（請用下列詞語及文法造句。）

(1) bất cứ…nào…cũng, (2) thời buổi, (3) quả thật là, (4) tốc độ,
(5) đóng góp, (6) trải nghiệm,(7) đáp ứng, (8) bắt kịp, (9) xu hướng,
(10) khả thi, (11) thiết thực, (12) đột phá, (13) bất cập

_____

_____

_____

_____

_____

_____

_____

_____

_____

_____

_____

_____

_____

_____

_____

_____

_____

4. Bài tập đánh máy: Hãy viết một đoạn văn giới thiệu về ngành du lịch Đài Loan.

（打字練習：請寫一篇作文，介紹臺灣的旅遊業。）

Trong năm 2017, theo bình chọn của Tổ chức Du lịch Thế giới (UNWTO), Việt Nam đứng thứ 6 trên 10 điểm đến du lịch phát triển nhanh nhất thế giới. Cùng với đó là tốc độ tăng trưởng lượng khách quốc tế trung bình đều đạt khoảng 30% trong vài năm gần đây.

Được đánh giá là điểm đến phát triển nhanh nhưng ngành du lịch Việt Nam vẫn chưa khai thác hết tiềm năng của mình. Trong bốn năm gần đây, lượng khách tìm kiếm những điểm đến du lịch Việt Nam đã tăng khoảng 2 lần. Tuy nhiên, khách thực tế đến Việt Nam chỉ tăng khoảng 1,8 lần. Doanh thu từ ngành này cũng chỉ tăng trưởng khoảng 1,5 lần. Như vậy vẫn còn những khoảng thiếu hụt lớn mà ngành du lịch chưa khai thác hết.

Để thu hút thêm khách quốc tế đến Việt Nam, ngành du lịch cần phải hiểu về hành vi và thói quen của họ. Đại diện của Bộ Văn hóa Thể thao và Du lịch cho rằng cần phải nhìn nhận du khách trên nhiều khía cạnh ở từng **phân khúc** khác nhau để hiểu: Tại sao họ đi du lịch, đi để làm gì, bằng phương tiện gì... để tìm ra những xu hướng thị trường, từ đó phục vụ tốt hơn.

Theo đó, ba xu hướng đặc trưng nhất của du khách hiện nay là: Sự phổ biến của kỹ thuật số, việc chi tiêu cho trải nghiệm và nhu cầu về tính chân thực. Sau khi chỉ ra những thói quen mới của du khách, bài toán đặt ra cho ngành du lịch Việt Nam là làm sao để đáp ứng được những yêu cầu mới của khách hàng và thu hút thêm nhiều du khách đến Việt Nam.

224

1. **Hãy dựa vào nội dung của bài đọc, trả lời các câu hỏi sau đây.**
（請根據文章內容，回答下列問題。）

1) Tổ chức nào thực hiện việc đánh giá và xếp hạng điểm đến du lịch?

_____

2) Ngành du lịch Việt Nam đã đạt được tốc độ tăng trưởng như mong đợi chưa?

_____

_____

3) Ngành du lịch Việt Nam cần phải làm gì thể thu hút thêm khách quốc tế?

_____

_____

4) Ba xu hướng đặc trưng nhất của du khách hiện nay là:

_____

_____

2. Hãy chọn một đáp án đúng nhất theo nội dung của bài đọc.
（請根據文章內容，勾選最正確的答案。）

1) Câu nào được đề cập đến ở đoạn văn thứ nhất?

   ☐ A. Việt Nam thuộc top 10 điểm đến du lịch phát triển nhanh trên thế giới.

   ☐ B. Ngành du lịch của Việt Nam phát triển nhanh nhưng chưa đạt mức tối đa.

   ☐ C. Ngành du lịch Việt Nam có tốc độ tăng trưởng chậm.

   ☐ D. Ngành du lịch Việt Nam chưa khai thác hết.

2) Đoạn hai có câu "**Doanh thu ...khoảng 1,5 lần**" có nghĩa là:

   ☐ A. 1,5 là tốc độ tăng trưởng của ngành du lịch.

   ☐ B. Tăng trưởng từ doanh thu là 1,5 lần so với mọi ngành.

   ☐ C. Tăng trưởng về doanh thu chỉ tăng 1,5 lần so với năm ngoái.

   ☐ D. 1,5 là tốc độ tăng trưởng so với lượng khách thực tế.

3) Đoạn văn thứ hai đề cập đến những nội dung nào?

   ☐ A. Lượng khách tìm kiếm những điểm đến du lịch Việt Nam đã tăng khoảng 2 lần.

   ☐ B. Doanh thu từ ngành này cũng chỉ tăng trưởng khoảng 1,5 lần.

   ☐ C. Ngành du lịch Việt Nam vẫn chưa khai thác hết tiềm năng của mình

   ☐ D. Cả A, B và C

4) Từ "**phân khúc**" thuộc nội dung của đoạn thứ ba có nghĩa là:

   ☐ A. Chia thị trường thành từng nhóm nhỏ để dễ dàng hiểu du khách cần gì

   ☐ B. Nhìn nhận hành vi của từng người

   ☐ C. Hiểu được du khách nội địa cần gì

   ☐ D. Phục vụ khách hàng tốt hơn

5) Câu nào sau đây KHÔNG có trong nội dung của bài đọc?

   ☐ A. Tốc độ tăng trưởng của ngành du lịch Việt Nam

   ☐ B. Du lịch Việt Nam ngày càng phát triển nhưng vẫn chưa đạt mức tối đa

   ☐ C. Ngành du lịch Việt Nam phải hiểu được khách hàng cần gì

   ☐ D. Đặc trưng của văn hóa địa phương

Bài 12
Mạng xã hội

網際網路

Ý kiến cá nhân 個人意見

1. *Hiện tại, bạn đang sử dụng những trang mạng xã hội nào? Tại sao?*
2. *Mục đích của bạn khi tham gia mạng xã hội là gì?*

Bài Đọc 課文 ▶MP3-12.1

Mạng xã hội ra đời từ những năm đầu thập niên 2000, nhưng ***mãi*** tới 10 năm gần đây ***mới*** xuất hiện dày đặc hơn. Facebook, Line, We-chat, Instagram, Twitter, Whatsapp đang ***phủ sóng toàn cầu***. Người ta sử dụng chúng mọi lúc mọi nơi. Các ứng dụng này giúp nhiều người kết nối với nhau, cho phép người dùng chia sẻ bài viết, đăng hình ảnh, nhắn tin và gọi điện trực tuyến mà không mất phí. Trong số đó, Facebook có số lượng người truy cập nhiều nhất.

Facebook khiến con người thấy tự do để thể hiện cảm xúc, kết bạn, chuyện trò và giải trí. Nó là một phương tiện truyền thông cực kì hiệu quả. Người ta đã dùng nó vào công việc làm ăn như: quảng cáo, bán hàng, duy trì mối liên kết với đối tác, v.v... Sản phẩm được lan toả nhanh chóng khắp mọi nơi, tạo nên "***chợ online***" rộng lớn. Bạn có thể ngồi ở nhà và mua sắm mọi thứ. Những kinh nghiệm và sự chia sẻ trong cuộc sống có trên mạng xã hội cũng khá hữu ích.

Trẻ em thời đại ngày nay dùng mạng xã hội khá sớm bởi chúng tò mò khi thấy người thân sử dụng nó như một món ăn hàng ngày. Tuổi thơ đáng quý của những đứa bé dần trở nên đơn điệu và buồn tẻ. Đôi khi, nó còn ảnh hưởng tới tâm lý và sức khoẻ của trẻ. Nếu người lớn ***còn*** nghiện mạng xã hội ***thì*** những đứa trẻ của họ sẽ tiếp tục đối mặt với sự cô đơn và chán nản.

Nhiều người nhận ra mạng xã hội là một ***con dao hai lưỡi***. Có điều, họ phớt lờ, mặc kệ nó. Mạng xã hội lấy đi một thứ rất quý giá của con người đó là thời gian dành cho sự vận động cá nhân, cho gia đình và bạn bè. Đồng thời, nơi ấy cũng chứa đựng rất nhiều cám dỗ và được lan truyền với tốc độ chóng mặt. Chúng ta không nên bài trừ nhưng cần thay đổi cách sử dụng nó, ***không thì*** chẳng khác nào tự biến mình thành kẻ phụ thuộc. Nghe có vẻ buồn cười nhưng một số người thừa nhận rằng họ ***không thể*** sống ***mà thiếu*** điện thoại thông minh và Facebook.

Đọc hiểu 課文理解

1. Hãy dựa vào nội dung của bài đọc, trả lời các câu hỏi sau đây.
（請根據課文內容，回答下列問題。）

1) Mạng xã hội trở nên phổ biến từ khi nào?

2) Mạng xã hội đem lại những tính năng gì cho con người?

3) Hiện nay, trang mạng xã hội nào có số lượng người dùng lớn nhất?

4) Ưu điểm của mạng Facebook là gì?

5) Chúng ta có thể kinh doanh trên mạng Facebook không?

6) Tại sao trẻ em ngày nay dùng mạng xã hội rất sớm?

7) Tại sao trẻ em cảm thấy cô đơn và chán nản?

8) Những mặt tiêu cực khi tham gia mạng xã hội?

2. Hãy chọn những câu có ý nghĩa phù hợp nhất với các đoạn văn trên.
（請選填最符合每一個段落內容的句子。）

1) Sự ra đời của mạng xã hội

2) Con người hiện nay đang phụ thuộc quá lớn vào mạng xã hội

3) Trẻ em ngày nay được tiếp xúc sớm với mạng xã hội

4) Mặt tích cực của mạng Facebook

5) Một vài chức năng cơ bản của mạng xã hội

6) Ảnh hưởng tiêu cực của mạng xã hội đối với trẻ nhỏ

7) Mặt tiêu cực của mạng xã hội đối với người sử dụng nó

8) Facebook đang là phương tiện truyền thông hiệu quả nhất

❖Đoạn văn 1: _____

❖Đoạn văn 2: _____

❖Đoạn văn 3: _____

❖Đoạn văn 4: _____

3. Hãy chọn một đáp án đúng nhất theo nội dung của bài đọc.
（請依照課文內容，勾選最正確的答案。）

1) Mạng xã hội có từ bao giờ?

☐ A. Đầu những năm 2000

☐ B. Cuối thập niên 2000

☐ C. Cuối những năm 2000

☐ D. 10 năm gần đây

2) Câu "*Facebook, Line, We-chat…..phủ sóng toàn cầu*" ở dòng 2, có nghĩa là:

☐ A. Mạng xã hội đang được sử dụng phổ biến ở nhiều quốc gia trên thế giới.

☐ B. Mạng xã hội có phạm vi sử dụng ở mọi tỉnh thành.

☐ C. Ở đâu cũng dùng được mạng xã hội mà con người thích.

☐ D. Ở đâu có mạng xã hội, ở đó có người thích dùng.

3) Câu "*Sản phẩm được lan tỏa…chợ online rộng lớn*" có nghĩa là:

☐ A. Facebook là nơi mà con người có thể mua bán sản phẩm.

☐ B. Con người có thể mua bán hàng hóa thông qua kênh mua hàng trực tuyến của Facebook.

☐ C. A/ B đúng

☐ D. A/ B sai

4) Câu "*Bởi chúng tò mò…món ăn hàng ngày*" có nghĩa là:

☐ A. Trẻ con tò mò với những món ngon hàng ngày.

☐ B. Trẻ con thường có tính tò mò.

☐ C. Chúng tò mò vì người thân thường xuyên sử dụng Facebook.

☐ D. Những món ăn ngon làm chúng tò mò.

5) Cụm từ "*nghiện mạng xã hội (MXH)*" có nghĩa là:

☐ A. Con người sử dụng MXH quá nhiều.

☐ B. Con người thấy khó chịu khi không được sử dụng MXH.

☐ C. Con người cảm thấy thiếu thốn nếu không được dùng MXH.

☐ D. Cả A/B/C đúng

6) Cụm từ "**con dao 2 lưỡi**" trong đoạn cuối, có nghĩa là:

☐ A. Dùng để ví một cái gì đó vừa có lợi vừa có hại

☐ B. Dùng để ví cái gì đó có hai mặt: tích cực và tiêu cực

☐ C. Là một con dao dùng tốt trong sinh hoạt

☐ D. A/B đúng

7) Câu: "**Chúng ta không nên bài trừ nó...kẻ phụ thuộc**" trong đoạn cuối, có nghĩa là:

☐ A. Thay đổi để tránh bị cám dỗ và phụ thuộc vào xã hội

☐ B. Không dừng lại nhưng sử dụng MXH một cách vụ lợi

☐ C. Cần kiểm soát được bản thân để sử dụng MXH một cách thoải mái

☐ D. Không dừng lại nhưng sử dụng MXH một cách hiệu quả

8) Câu nào **KHÔNG** đúng với nội dung của bài đọc?

☐ A. MXH gắn kết mọi người lại với nhau.

☐ B. Facebook có số lượng người truy cập nhiều nhất.

☐ C. Con người biết cách sử dụng MXH vào mục đích kinh doanh.

☐ D. Phớt lờ và mặc kệ trẻ con để người lớn có thời gian sử dụng MXH

Từ mới 生詞			▶MP3-12.2
dày đặc	密集、濃密	đơn điệu	單調
phủ sóng	涵蓋、遍布	buồn tẻ	乏味、無趣
toàn cầu	全球	nghiện	上癮
mọi lúc mọi nơi	隨時隨地	cô đơn	孤單
ứng dụng	應用	chán nản	灰心、厭倦
bài viết	文章	con dao hai lưỡi	雙面刃
nhắn tin	傳簡訊、傳訊息	phớt lờ	置之不理
trực tuyến	線上	mặc kệ	不管、不顧
truy cập	搜尋、存取	chứa đựng	蘊藏
tự do	自由	cám dỗ	誘惑
phương tiện truyền thông	傳播媒體	lan truyền	傳播、擴散
đối tác	（合作）對象	chóng mặt	頭暈
lan toả	擴散、散發	bài trừ	摒除、排除
nhanh chóng	快速	phụ thuộc	依靠、依賴
tò mò	好奇	thừa nhận	承認
đứa bé	孩子、小孩	khối lượng	質量（物理）、（分）量

Ngữ pháp 文法

1. **mãi...mới...:** cấu trúc này dùng để biểu thị ý "sau một khoảng thời gian quá lâu thì một sự việc hay một hành động mới xảy ra hoặc mới kết thúc".

（**mãi...mới...**：用來表達一件事情或行動過了太久才發生或結束之文法。意即「一直／直到……才……（完）。」）

> 1. 主詞＋動詞＋ **mãi** ＋ **mới** ＋ (xong/ hết/ khỏi)
> 2. 主詞＋動詞 1 ＋ **mãi** ＋ **mới** ＋動詞 2
> 3. 主詞 1 ＋ 動詞 1 ＋ **mãi** ＋主詞 2 ＋ **mới** ＋動詞 2
> 4. **Mãi** ＋時間＋主詞＋ **mới** ＋動詞

Ví dụ

- Thành ăn **mãi mới** xong một bát cơm.
  阿成吃了很久才吃完一碗飯。

- Tối qua tôi viết giáo trình **mãi mới** đi ngủ.
  我昨晚一直編教材（到很晚）才睡。

- Tôi mời **mãi** cô ấy **mới** đồng ý tham gia bữa tiệc.
  我一直邀請，她才同意參加派對。

- **Mãi** tới gần đây mạng xã hội **mới** xuất hiện dày đặc hơn.
  一直到最近，網際網路才更密集出現。

2. còn...thì: cấu trúc dùng để biểu thị điều sắp đề cập là liên quan hay đối chiếu, so sánh.

（**còn...thì**：用來表示即將提及的事情與前句具有相關性、對照性或比較性之文法。意思相似於「……而……則……」。）

> **Ví dụ:**

- Nếu người lớn **còn** nghiện mạng xã hội **thì** những đứa trẻ của họ sẽ tiếp tục đối mặt với cô đơn, chán nản. (Mối quan hệ liên quan)

  如果連大人還是繼續網路成癮下去，那他們的小孩則會繼續面臨孤獨、無聊（的生活）。（相關性）

- Người Việt rất thích ăn phở tái, **còn** tôi **thì** không. (Mối quan hệ đối chiếu- so sánh trong câu đẳng lập)

  越南人很愛吃生牛肉河粉。而我則不然（不愛）。（複合子句中的對照—比較關係）

3. không thì: cụm từ có nghĩa phủ định, là dạng ngắn gọn của cấu trúc "nếu...thì". Cấu trúc "A không thì B" có nghĩa tương tự cấu trúc " A kẻo B"; nhưng tình huống sử dụng khác nhau.

（**không thì**：具否定意味，為文法「**nếu...thì**」（如果……就會……）的簡短型態。意即「否則、不然」。文法「A không thì B」（A……否則 B……）與文法「A kẻo B」（A……以免 B……）意思相近，但使用情況不同。）

- A **kẻo** B: thường dùng trong câu cầu khiến và câu mệnh lệnh; dùng trong văn nói.

  A kẻo B（A……以免……B）：常用於祈使句和命令句；用於口語。

> **Ví dụ:**

- Đi nhanh **kẻo** muộn!

  快走，以免遲到！

– A **không thì** B: thường dùng trong câu kể; dùng trong cả văn nói và văn viết.

A **không thì** B（A……否則……B）：常用於敘述句；口語和書寫時皆可使用。

Ví dụ:

• Tôi phải học tốt **không thì** cô giáo buồn.

我要學得好，否則老師會難過。

A không thì B

Ví dụ

• Nếu **không** thay đổi cách sử dụng **thì** chẳng khác nào tự biến mình thành kẻ phụ thuộc.

如果不改變使用方式，那就與把自己變成（過度）依賴者沒有什麼兩樣。

• Thay đổi cách sử dụng, chứ **không thì** chẳng khác nào tự biến mình thành kẻ phụ thuộc.

（要）改變使用方式，否則與把自己變成（過度）依賴者沒有什麼兩樣。

4. **không thể…mà…thiếu…**: cấu trúc dùng để khẳng định một điều tất yếu dẫn đến một kết quả tương ứng.

（**không thể…mà…thiếu…**：此文法用來肯定某個必然(發生)的事情會引發相對應的結果。意即「無法沒有……／沒有辦法……／不……」）

không thể ＋動詞＋ **mà** + **thiếu** ＋名詞
không thể ＋動詞＋ **mà thiếu** ＋名詞

Ví dụ

• Con người **không thể** sống **mà thiếu** Facebook.

人類沒有 Facebook 會死。（人類沒辦法過沒有 Facebook 的日子）

• Chúng tôi **không thể** đi Hoa Liên **mà thiếu** ba đi cùng.

我們沒辦法不和爸爸一起去花蓮。

Luyện nói 口說練習

Hãy dùng cấu trúc "mãi...mới" để hoàn thành các mẫu hội thoại sau đây.

（請依照範例，用文法「**mãi...mới**」完成以下對話。）

VD. A: Cô ấy nói tiếng Việt khá nhanh, cậu có hiểu không?

→ B: Cô ấy phải nói **mãi** mình **mới** hiểu.

1) A: Bạn hoàn thành bài báo cáo này bao giờ vậy?

   _____

2) A: Tại sao cái Lan không đi leo núi được nhỉ?

   _____

3) A: Tối qua, tại sao con lại về nhà muộn vậy?

   _____

4) A: Anh ta trông rất vui. Hình như có chuyện gì tốt đẹp.

   _____

5) A: Bây giờ dự án xây dựng khu đô thị mới hoàn thành nhỉ?

   _____

6) A: Bao giờ em trai bạn đi du học nước ngoài?

   _____

7) A: Công ty trả lời email ngay chứ?

   _____

238

Luyện nghe 聽力練習 ▶MP3-12.3

Hãy nghe nội dung của đoạn văn và lựa chọn đáp án đúng nhất.
（請聆聽文章內容，並選出最正確的答案。）

1)

☐ A. lưu trữ thông tin   ☐ B. tin tức giả

☐ C. lừa đảo   ☐ D. cận thị

2)

☐ A. mở mang kiến thức   ☐ B. bắt nạt trực tuyến

☐ C. làm ăn mua bán   ☐ D. liên lạc với nhau

3)

☐ A. Chúng ta không nên sử dụng mạng   ☐ B. Chúng ta nên lạm dụng mạng

☐ C. Chúng ta nên sử dụng mạng quá mức   ☐ D. Chúng ta nên sử dụng mạng sao cho hợp lý

Ngữ vựng 詞彙運用

1. Theo nội dung của bài đọc, hãy tìm từ phù hợp với các định nghĩa cho sẵn sau đây.

（請根據課文內容，選填符合下方句子定義之詞彙。）

Kết nối (1)	Lan tỏa (2)	Tò mò (3)	Đơn điệu (4)
Buồn tẻ (5)	Nghiện (6)	Phớt lờ (7)	Mặc kệ (8)
Cám dỗ (9)	Lan truyền (10)	Bài trừ (11)	Thừa nhận (12)

1) Làm cho con người trở nên gắn kết và gần nhau hơn

2) Tỏa rộng ra nhiều nơi

3) Không có gì là vui, không hứng thú

4) Thích tìm hiểu cái gì đó để thỏa mãn tính hiếu kì

5) Không phủ nhận hay nghi ngờ điều gì

6) Truyền ra, lan rộng ra khắp mọi nơi

7) Không thèm để ý đến, chỉ làm cái mình thích mà thôi

8) Xem như không liên quan hay ảnh hưởng tới mình

9) Lòng ham muốn quá mức nên dễ tạo ra lỗi lầm

10) Loại trừ ra khỏi đời sống xã hội

11) Cái gì đó lặp đi lặp lại, gây cảm giác nhàm chán

12) Ham thích đến mức thành thói quen, khó bỏ

2. Hãy điền các từ vựng cho sẵn ở phía trên vào chỗ trống.

（請將上方提供的詞彙，填入下列空格中。）

1) Hãy _____ nạn mê tín, dị đoan.

2) Dịch cảm cúm đang _____ khắp mọi nơi đấy. Khi ra đường, các em nhớ đeo khẩu trang nhé!

3) Mạng xã hội đang giúp con người giao tiếp và _____ với nhau một cách dễ dàng hơn.

4) Ai khuyên gì nó cũng _____. Nó cho rằng nó luôn đúng.

5) Bản nhạc quá _____, không được thính giả đón nhận.

6) Con người dễ bị đồng tiền _____nên không xem trọng giá trị tình cảm giữa con người với nhau.

7) Ông ấy _____ rượu nặng nên sức khỏe ngày càng yếu.

8) Dù trời nắng hay mưa cũng _____ đi, cứ đi thôi.

9) Cô ấy _____ với sếp về những sai lầm của mình.

10) Công việc đó nhẹ nhàng nhưng _____.Tôi muốn đi tìm một việc mới thú vị hơn.

11) Hương thơm của loài hoa hồng Đà Lạt đang _____ khắp căn phòng.

12) Cô ấy thích _____ về những chuyện riêng của người khác

Luyện viết 寫作練習

1. Hãy ghép thông tin ở cột A và cột B và dùng cấu trúc "mãi… mới" để viết thành các câu hoàn chỉnh.

（請結合 A 列與 B 列之資訊，並使用文法「**mãi…mới**」，造出合理的句子。）

A	B
1) Hôm nay	a) Đi ngủ
2) Tối khuya	b) Cô ấy gửi hàng cho tôi
3) Cô giáo giảng	c) Việt Nam mới xóa bỏ chế độ phong kiến
4) Kinh tế phát triển	d) Tôi hiểu bài
5) Việt Nam bước vào thời kỳ "**đổi mới**"	e) Chị ấy đến thăm tôi
6) Gặp cô ấy	f) Họ mở cửa và hội nhập với thị trường thế giới
7) Tôi đợi	g) Người dân có điều kiện để đi du lịch
8) Năm 1945	h) Tôi hiểu được hoàn cảnh thực sự của cô ấy

_____

_____

_____

_____

242

---

2. Hãy dùng cấu trúc "…không thể…mà…thiếu…" để viết tiếp các câu sau đây.

（請用文法「**…không thể…mà…thiếu…**」完成句子。）

VD. Chúng ta không thể nói tiếng Việt tốt _____

→ Chúng ta **không thể** nói tiếng Việt tốt **mà thiếu** môi trường để luyện tập.

1) Chúng tôi không thể thành công _____

_____

2) Bệnh nhân không thể khỏi bệnh _____

_____

3) Ngành du lịch Việt Nam không thể đạt đỉnh doanh thu _____

_____

4) Kinh tế Việt Nam không thể tăng trưởng như dự kiến _____

_____

5) Chúng tôi không thể tiếp tục công việc này _____

_____

6)   Em ấy nói rằng không thể đạt kết quả thi trình độ C2 _____

_____

7)   Sản phẩm này không thể bán ra thị trường _____

_____

8)   Buổi thuyết trình không thể thành công _____

_____

3. Hãy dùng cấu trúc "còn...thì" để hoàn thành các câu sau đây. Hãy chú ý khi các vế có nghĩa liên quan hay đối chiếu, so sánh.

（請用文法「**còn...thì**」完成句子。請注意，可能有「相關」、「對照」、「比較」等不同用法。）

VD. Đẹp trời thì chúng ta đi dã ngoại _____

（trời mưa）

→ Đẹp trời thì chúng ta đi dã ngoại. **Còn** trời mưa **thì** chúng ta hủy.

1)   Nhà hàng này nổi tiếng về những món ăn kiểu Tây _____
(nhà hàng đằng kia)

_____

2)   Nếu còn khả năng _____
(cố gắng)

_____

3)   Gia đình tôi có hai chị em gái. Tôi học ngành kinh tế _____
(ngành ngôn ngữ)

_____

4)   Dân tộc còn tồn tại _____
(bản sắc văn hóa dân tộc)

_____

5) Hiện giờ, miền Bắc thì lạnh _____

(miền Nam nóng bức)

_____

6) Nếu suy nghĩ của người dân còn lạc hậu _____

(xã hội không thể phát triển)

_____

7) Tôi là người Bắc.

(Hải người Nam) _____

_____

8) Lãnh đạo còn tham nhũng _____

(dân còn nghèo khổ)

_____

4. **Hãy điền "kẻo" hoặc "không thì" vào chỗ trống với các tình huống sau đây.**

（請根據以下情況，填「**kẻo**」或「**không thì**」到下方空格。）

1) Ăn ít kem thôi, _____ sẽ mập lên đấy!

2) Không vượt đèn đỏ _____ bị cảnh sát phạt tiền đấy.

3) Con tập thể dục đi, không lười vận động _____ sẽ yếu người đi đấy.

4) Nghe nói buổi biểu diễn văn nghệ hay lắm, tôi sẽ cố gắng xếp thời gian đi xem, _____ tiếc lắm.

5) Quàng khăn ấm khi ra ngoài đấy, _____ sẽ bị cảm lạnh.

6) Có lẽ tôi nên chăm chỉ học tập hơn, _____ cô giáo sẽ buồn lắm.

7) Tôi cần hoàn thành báo cáo sớm, _____ bị sếp phê bình.

8) Gọi xe cấp cứu ngay _____ ông ấy gặp nguy hiểm đấy.

5. Hãy đặt câu với các từ cho sẵn.

（請用下列詞語及文法造句。）

(1) mãi...mới, (2) phủ sóng, (3) kết nối, (4) truy cập, (5) mục đích,

(6) mối liên kết, (7) lan tỏa, (8) chia sẻ, (9) tò mò, (10) tuổi thơ,

(11) đơn điệu, (12) buồn tẻ, (13) nghiện, (14) còn...thì, (15) con dao hai lưỡi,

(16) phớt lờ, (17) mặc kệ, (18) cám dỗ, (19) không thì,

(20) ...không thể...mà thiếu...

_____

_____

_____

_____

_____

_____

_____

_____

_____

_____

_____

_____

_____

_____

_____

_____

_____

_____

6. Bài tập đánh máy: Hãy chia sẻ cảm nghĩ bản thân về những cái được và cái mất khi sử dụng mạng Facebook.

（打字練習：請分享，您認為使用 Facebook 有何優點和缺點。）

Vào thời kỳ mà mạng xã hội (MXH) chưa được phát minh, những chiếc máy vi tính chỉ có thể vận hành đơn lập mà không thể kết nối, phối hợp với những chiếc máy vi tính khác nhau. Cho đến những năm 1960, Bộ Quốc phòng Hoa Kỳ triệu tập những nhà nghiên cứu tài ba đến từ nhiều nơi khác nhau trên thế giới, cùng nhau triển khai một cuộc nghiên cứu về việc tạo nên một mạng lưới có thể kết nối giới học thuật và quân sự khu vực lại với nhau. Và thế mới có sự ra đời của mạng xã hội mà được chúng ta sử dụng rộng rãi như bây giờ.

Trong thời đại 4.0 ngày nay, MXH đã trở thành một thứ tất yếu trong cuộc sống của chúng ta. MXH dần thay đổi cách sống của con người. Với tính năng đa dạng cho phép người dùng có thể chia sẻ, kết nối, tiếp nhận thông tin một cách nhanh chóng, MXH đã thay thế nhiều phương tiện truyền tin, như thư từ và điện thoại. Không gian mạng cũng tạo nên một cộng đồng ảo, ai cũng có thể lên mạng chia sẻ về cuộc sống của mình, quen biết bạn bè, thậm chí là làm ăn mua bán như xã hội trong đời thật. Một số ngành nghề mới được xuất hiện theo hiện tượng này, ví dụ như: ngành mua bán trực tuyến, dạy học trực tuyến, ngành công nghệ thông tin, youtuber v.v. Nhiều thủ tục và dịch vụ trong các lĩnh vực đều có thể "số hóa", những thông tin và dữ liệu trên giấy chuyển đổi thành hình thức dữ liệu lưu trữ trên mạng hoặc trong máy tính. Việc thu thập dữ liệu trở nên dễ dàng hơn. Việc chọn mua hàng hóa cũng có nhiều lựa chọn hơn. Ai ai cũng có thể tiếp cận thông tin và tin tức trong nước lẫn ngoài nước một cách đơn giản hơn.

Không gian mạng vận hành như một xã hội thu nhỏ trong thế giới ảo. Tuy nó đã mang lại cho chúng ta rất nhiều tiện nghi, song nó cũng dẫn đến không ít hệ quả đáng lo ngại cho các ngành khác cũng như những mặt tiêu cực cho xã hội. Sau khi MXH được phổ biến, việc dễ dàng tiếp cận thông tin và tin tức tác động nặng nề đến ngành xuất bản và ngành báo chí, hai ngành nghề này buộc phải chuyển đổi hình thức sang kinh doanh sách và báo chí điện tử nhằm giảm sự tác động xấu đến từ MXH. Ngành sản xuất băng đĩa thì hầu như bị thay thế bởi các kênh online. Những ngành nghề kể trên thật khó để sinh tồn trong thời đại thông tin bùng nổ.

Bênh cạnh đó là những ảnh hưởng tiêu cực đến từ mạng xã hội. Mua bán trực tuyến trên những trang mạng không rõ nguồn gốc đều có nguy cơ mua phải mặt hàng khác hẳn với hình minh họa. Còn về mặt người bán thì có rủi ro bị người mua "bom hàng". Việc bất cứ ai cũng có thể đăng tải thông tin lên mạng cũng đồng nghĩa với việc có rất nhiều tin giả nằm rải rác trong nhiều ngóc ngách trên mạng. Ngoài ra với tính ẩn danh cao, việc " bắt nạt qua mạng (cyberbullying)" và lừa đảo trực tuyến cũng ngày một lộng hành. Số lượng người nghiện MXH cũng gia tăng bất kể. Nhiều tệ nạn khác đếm không xuể.

Việc MXH đã mang lại lợi ích cho cuộc sống của chúng ta là điều không thể phủ nhận. Tuy nhiên, phàm việc gì cũng có hai mặt, MXH cũng là một con dao hai lưỡi. Nó có thể giúp cho chúng ta tiến tới một cuộc sống tiện nghi, đồng thời cũng có thể đẩy chúng ta xuống vực sâu. Nếu như hoàn toàn tránh xa MXH ra, thì cũng không thiết thực cho lắm, điều quan trọng nhất trong thời đại kỹ thuật số này là chúng ta phải trang bị cho mình khả năng phân biệt đúng sai về mặt thông tin, tin tức cũng như tính cảnh giác trong mọi lúc sử dụng mạng, như thế mới có thể tận dụng mạng một cách thông minh và an toàn được.

(Dựa theo bài viết của tác giả Ngô Gia Thừa)

1. Hãy dựa vào nội dung bài đọc, trả lời các câu sau đây.
（請根據文章內容，回答下列問題。）

1) Vào thời kỳ nào thì mạng xã hội (MXH) được ra đời?

_____

_____

_____

2) MXH dần thay đổi cách sống của con người bằng cách nào?

_____

_____

_____

3) Những ngành nghề mới nào xuất hiện sau khi MXH trở nên phổ biến?

_____

_____

_____

_____

4) MXH đã mang lại những sự tiện nghi nào cho cuộc sống của chúng ta?

_____

_____

_____

_____

5) MXH đã mang lại những ảnh hưởng tiêu cực nào cho cuộc sống của chúng ta?

_____

_____

_____

_____

2. Hãy chọn một đáp án đúng nhất theo nội dung bài đọc.
（請根據文章內容，勾最選正確的答案。）

1) Câu nào có thể dùng để giải thích cho ý nghĩa của từ "số hóa"?

☐ A. Tạo nên một mạng lưới có thể kết nối giới học thuật và quân sự khu vực lại với nhau

☐ B. Những thông tin và dữ liệu trên giấy chuyển đổi thành hình thức dữ liệu lưu trữ trên mạng hoặc trong máy tính

☐ C. Người bán thì có rủi ro nếu bị người mua "bom hàng"

☐ D. Số lượng người nghiện MXH cũng gia tăng bất kể

2) Ngành nghề nào hầu như bị thay thế bởi các kênh online?

   ☐ A. Ngành xuất bản sách

   ☐ B. Ngành sản xuất băng đĩa

   ☐ C. Ngành báo chí

   ☐ D. Ngành mua bán trực tuyến

3) Nước nào đã triệu tập đội ngũ nghiên cứu và phát minh MXH?

   ☐ A. Việt Nam

   ☐ B. Đài Loan

   ☐ C. Mỹ

   ☐ D. Trung Quốc

4) Đâu là mặt tiêu cực của MXH?

   ☐ A. Việc thu thập dữ liệu trở nên dễ dàng hơn

   ☐ B. Ngành xuất bản và ngành báo chí phải chuyển đổi sang hình thức khác

   ☐ C. Bắt nạt qua mạng

   ☐ D. Việc làm ăn mua bán như xã hội trong đời thật

5) Điều quan trọng nhất trong thời đại kỹ thuật số là gì?

   ☐ A. Tránh xa thế giới ảo

   ☐ B. Làm ăn, buôn bán trực tuyến

   ☐ C. Trang bị cho mình khả năng phân biệt đúng sai về mặt thông tin

   ☐ D. Biết cách lên mạng

國家圖書館出版品預行編目資料

中級越南語 Tiếng Việt Trung Cấp / 黎氏仁（Lê Thị Nhâm）編著
-- 初版-- 臺北市：瑞蘭國際, 2023.09
256面；21×29.7公分 --（外語學習系列；122）
ISBN：978-626-7274-35-4（平裝）
1.CST：越南語 2. CST：讀本

803.798   112009269

外語學習系列 122

中級越南語

作者｜黎氏仁（Lê Thị Nhâm）
越中翻譯｜吳家丞
責任編輯｜潘治婷、王愿琦
校對｜黎氏仁、吳家丞、潘治婷、王愿琦

越南語錄音｜阮英中（Nguyễn Anh Trung，北越）、杜杏兒（ĐỗHạnh Nhi，北越）、
　　　　　　葉可彤（Nguyễn Ngọc Thảo Trang，南越）、陳黃康（Trần Hoàng Khang，南越）
錄音室｜采漾錄音製作有限公司
封面設計｜劉麗雪、陳如琪・版型設計｜陳如琪・內文排版｜邱珍妮、陳如琪

瑞蘭國際出版
董事長｜張暖彗・社長兼總編輯｜王愿琦
編輯部
副總編輯｜葉仲芸・主編｜潘治婷
設計部主任｜陳如琪
業務部
經理｜楊米琪・主任｜林湲洵・組長｜張毓庭

出版社｜瑞蘭國際有限公司・地址｜台北市大安區安和路一段104號7樓之一
電話｜(02)2700-4625・傳真｜(02)2700-4622・訂購專線｜(02)2700-4625
劃撥帳號｜19914152 瑞蘭國際有限公司
瑞蘭國際網路書城｜www.genki-japan.com.tw

法律顧問｜海灣國際法律事務所　呂錦峯律師

總經銷｜聯合發行股份有限公司・電話｜(02)2917-8022、2917-8042
傳真｜(02)2915-6275、2915-7212・印刷｜科億印刷股份有限公司
出版日期｜2023年09月初版1刷・定價｜600元・ISBN｜978-626-7274-35-4

瑞蘭國際

瑞蘭國際